இடக்கரடக்கல்

# இடக்கரடக்கல்

வசுமித்ர

எழுத்து பிரசுரம்

இடக்கரடக்கல்


First Edition:
First Edition by Ezutthu Prachuram :
(An imprint of Zero Degree Publishing)

ISBN:
Title No. EP:



**Zero Degree Publishing**
No. 55(7), R Block, 6th Avenue,
Anna Nagar,
Chennai - 600 040

Website : www.zerodegreepublishing.com
E Mail : zerodegreepublishing@gmail.com
Phone : 98400 65000

Cover Art :
Layout: Creative Studio

பட்டுக்கோட்டை கல்யாண சுந்தரம்
சார்லி சாப்ளின்
சாதத் ஹசன் மண்ட்டோ

ஆகிய மூவருக்கும்
தோழமையுடன்...

அரியாசனத்தில் வீற்றிருக்கும் அரசன், அம்மணக் குண்டியாய்
இருக்கிறானெனக் கூவிச் சொல்லாதே சிறுவனே...
அரசர் குழந்தையாய் இருக்கிறாரென்று சொல்.

- வசுமித்ர

உழைப்பின் உற்பத்தி பொருள்
எனக்கு அந்நியமானதாக இருக்குமானால்,
அது ஓர் அந்நிய சக்தியாக என்னை
எதிர்கொள்ளுமானால்,
அப்பொழுது
அது யாருக்குச்
சொந்தமானதாக இருக்கிறது?
எனது சொந்த செயல்பாடு எனக்குச்
சொந்தமாக இல்லாவிட்டால்,
அது அந்நியமானதாக,
நிர்பந்தப்படுத்தப்பட்டதாக இருந்தால்,
அப்பொழுது
அது யாருக்குச் சொந்தமானது.

– *கார்ல்மார்க்ஸ்*

*1844ஆம் ஆண்டு*
*பொருளாதார தத்துவக் கையெழுத்துப்படிகள்*

துயரென்பது கண்ணீரினாலான ஒலி. துல்லியமாகச் சொல்வதெனில், ஊமைச்சதையின் ஒலிக்காத துயரச்சீழைப் பிதுக்கியபின் வரும் ஆசுவாசம். சில சமயம் கவிதைகள் வலி நீக்கிகள். சிலசமயம் அச்சத்தை ஏற்படுத்துபவை. தனிமனிதனாய் தன்னை உணரும் போலி மனநிலையை உடைத்து, சமூக மனிதனாய் மாற்றும் வித்தை கவிதைகளுக்குண்டு. தனிமனிதனின் அழுகை எப்பொழுதும் தனித்தல்ல. அவ்வளவே.

பாமரப் பரிதவிப்புகள் ஆளும் வர்க்கத்திற்கெதிராக மண்ணை வாரித்தூற்றுகிறது. அறிஞர்களும், வியாக்யானிகளும் நுண்ணுணர்வுடன் வாதைகளைப் பரிசாக அளிக்கிறார்கள். இவ்வுலகு அனைத்துக்குமானது.

கலை மக்களைப் பற்றும்போது அது நிச்சயம் வசந்தத்தை நோக்கிக் குரலை எழுப்பாது. ஆள்வோரின் சிம்மாசனங்களை நோக்கி கற்களை வீசத் தொடங்கும். விளைவு தெரிந்தே ஆள்வோர்களின் தத்துவங்கள், தனிமனிதத் துய்ப்பை சுதந்திரம் என்று முன்வைக்கின்றன.

ஆள்வோரின் அந்தப்புரத்துக்கு எப்போதும் கலைஞன் சாமரம் வீசக் கூடாது. முதலாளித்துவத்தின் ஒழுக்கங்கெட்ட புண்ணுக்கு இலக்கியவாதிகள் தங்களது கவிதைக் களிம்பை பூசக் கூடாது. ஈக்கள் மொய்க்கும் அப்புண்ணைக் ஊரறிய காட்டிக் கொடுக்க வேண்டும். அறுவைச் சிகிச்சை செய்யும் போது மூக்கைப் பொத்தாமல் கையில் கவிதையை எடுக்க வேண்டும்.

கலை என்பது என்வரையில் அதிகாரத்தின் நெஞ்செலும்பைக் குறிவைக்கும் விசுவாசம் கெட்ட நாயாக இருக்க வேண்டும்.

அடிமைத்தனத்திற்கு கலைத்தரமான பெயர் விசுவாசம்.

அறிக.

எக்கணமும் நான் இருக்கிறேன் எனச் சொல்லும் நண்பன் வாஞ் சிநாதனுக்கு எனது முத்தங்கள். நூலை வெளியீடும் ஜீரோ டிகிரி பதிப்பகத்திற்கும். வெளியிட உதவி செய்த நண்பன் ஆத்மார்த்திக்கும் எனது நன்றி.

– வசுமித்ர

கூற்றம்

1

எல்லா
மதமும்
பெண்ணை
வெளியே நிறுத்துகிறது

அவளோ
கருணையின்
மத்தகத்தால்
ஆணின் இதயத்தை
மீட்டிக்கொண்டே இருக்கிறாள்

அருந்திய பாலில்
ஒரு துளி விசத்தைக் கலந்தவன்
எவனென்று
அவளறிந்தால்
காளிதான்

காளிக்கோ
மன்னிக்கவென
ஆயிரம் கைகள்

எனக்கென்னவோ
விந்திலேயே
விசத்தைக் கலப்பவன் ஆண்தான்

சந்தேகமில்லை
இதைச் சொல்லும் முதல் தகுதி
எனக்குண்டு

மன்னியுங்கள்
இக்கவிஞனை

எல்லாச் சொல்லும்
யோனி குறித்தனவே

2

தெருவோரம்
புணரும்
கடவுளை
வெளிச்சத்தில்
பார்த்தேன்

சத்தியமாய்
கடவுள்தான்
சங்கடமில்லை

நான்கு சுவர்
எனக்கில்லை

இடமற்றவனுக்கு
காமமென்பது
இருளில்தான்
சாத்தியம்

வறுமை
காமத்தின் பிடறியைப் பிடித்து
இருட்டில் தள்ளுகிறது

3

கற்றுக்கொடுக்காதீர்கள்
மக்களுக்கு
நீதியை

காட்டிக்கொடுங்கள்
அநீதியை

ஆயுதத்தை
தேர்ந்தெடுக்கட்டும்.

4

சொல்ல மறந்துவிட்டேன்

துக்கத்தை
வாக்குறுதியாய் வழங்கும்
மனிதனைக் கண்டால்
புன்னகையுங்கள்

அரசுக்கும்
அதிகாரத்துக்கும்
புன்னகையென்பது
மாபெரும் எதிரி

அவமானத்துக்கு எதிராய்
சிறு புன்னகை

துரோகம் செய்யும்
மனிதனைக் கண்டால்
நாம் இக்கணம்
செய்ய வேண்டியது

அவ்வளவுதான்

5

குருதி அறிமுகம் இல்லை
வெடிகுண்டுகளோ
பசியோ எனக்குத் தெரியாது

நான்கு சுவர்களை
கல்லறையாகவோ
சிறையறையாகவோ
என்னால் கற்பனை செய்து கொள்ள முடியும்

அடைக்கப்பட்டிருக்கிறேனா
அடைத்திருக்கிறேனா தெரியாது

பசி
தூக்கத்திற்காக

ஒரு மனிதன் இறக்க நேரிடுமெனில்
சாகவும் தயாராக இருக்கிறேன்.

## 6

மனிதனைக் கொலை செய்ய
ஆயுதம் போதும்
மக்களைக் கொலை செய்ய
நீதி வேண்டும்

பொருட்களை விற்கும்
மனிதனும்
இங்கு பொருள்தான்

அவ்வளவே

7

இதயத்தை
பிளாஷ்டிக்கால் செய்யும்
நிபுணன்
லப்டப் ஓசைக்கு
என்ன செய்வதெனத் தெரியாது
திகைக்கிறான்

ஒலி வல்லுனர் ஒவ்வொருவரும்
தங்கள் இதய ஒலியை
காதால் கேட்டதில்லை

கருவியால்தான்
கேட்கிறார்கள்

8

மாமனிதர்கள்
பிறக்கிறார்கள்
இறக்கிறார்கள்

ஒருகாலத்தில்
ஏதோவொரு மனிதனின்
பக்கத்து வீட்டுக்காரர்களாய்
இருந்திருப்பார்கள்

ஒலிப்பெருக்கி
முழங்குகிறது

மனிதர்கள் பேசுகிறார்கள்
மாமனிதர்களின்
பெயர்களைக் கூறி

9

நீதியோடு
நடப்பதாகச் சொல்லும்
யுத்தத்தை

மனிதர்கள்
பார்த்தது கிடையாது

உணர்கிறார்கள்

பசி எடுக்கும் போது
கொலை செய்ய வேண்டும்
எனக்கூவும் அரசிடம்

நாம்
என்ன வேறென்ன
எதிர்பார்க்க முடியும்.

10

குத்துச்சண்டை
வீரர்களென
மக்கள்
மாறிவிடும்போது

அரசின் முகம்
நெளியத்தொடங்குகிறது

11

பசி குறித்து
கவிஞர்களும்
அரசும்
பேசியிருக்கிறது

துரதிருஷ்டவசமாக
மனிதர்கள்
மட்டுமே

அனுபவித்து
வருகின்றனர்.

12

துயரத்திற்கு
எல்லா மொழியிலும்
கண்ணீர்தான்
அர்த்தமாயிருக்கிறது

எந்தக் கடவுளும் அழுததாக
சேதியில்லை

உண்மையில்
அழும் கடவுள்
எத்தனை அழகாக
இருந்திருக்க வேண்டும்

அழும் மனிதர்களின்
முகத்தைக் கண்டால்
கடவுளின்
பொறாமை கவிகிறது

கடவுளைக் கண்டால்
சிரிக்க வேண்டும் போலிருக்கிறது
கண்ணீர் பொங்க

13

என்னைக் கொலைகாரனாக்குவதில்
அரசு
மும்முரமாயிருக்கிறது

மனைவி
குழந்தைகள்
இவர்களை
நாளும் குதறுகிறேன்

அமைச்சர்கள் அமைதியாக
உறங்கும்
ஒரு பொழுதில்
தற்கொலை செய்கிறேன்

14

அரசியல்வாதிகளை
மக்களின் கன்னங்களில்
முத்தமிடச் சொன்னால்

காசால்
புட்டங்களில் முத்தமிடுகிறார்கள்

மக்களோ வறுமையில்
குசு
போடுகிறார்கள்

ஜனநாயகம்
மணத்துத் தொலைக்கிறது

15

எனது துயரம்
உழைப்புதான்

மனைவியை இறுக்கவும்
நெகிழ்ந்து தாங்கவும்
சிசுக்களை அணைக்கவுமான
இத்தோள்களை
சம்மட்டி அடிக்கப் பயன்படுத்துகிறேன்

இயேசுவின் தோளில்
சிலுவை
அல்லாவின் கையில் வாள்
இங்கோ ஆயுதங்கள்
பல

தோள்களை வைத்து
உழைக்கிறேன்

சிலசமயம்
அவநம்பிக்கையோடு
அத்தோள்களைத் தளர்த்தி
இரு கைகளையும்
முன் நீட்டி யாசகம் கேட்கிறேன்

உழைப்பவனை
யாசகனாக்கும்
அரசாங்கம்

அழிக

## 16

### முலையச்சம்

ஆணாய் இருக்கும் பிரதமர்
அதுவும்
கட்டை பிரம்மச்சாரி

எல்லாம் வல்ல ஆண்டைக்கு
ஆண்டவனென்று பெயர்

மூடியிருந்த கருப்பையை
சூலம் திறந்தது

இக்கணம்
மதத்தைத் திறந்து போட்டு
முலைகளை மூடச் சொல்லுகிறது

முலையச்சம் கொண்ட அரசனை
தேர்ந்தெடுத்த ஆண்களுக்கு
தாய்ப்பாலூட்டிய
முலைகளை
என்ன செய்வதாய் உத்தேசம்

அமுதே ஆண்டாள்
காதல் உடலாக
கொள்ளும் பயனொன் றில்லாத கொங்கையை
வேரோடு பிடுங்கி
அன்றே எறிந்தவள் நீ

முலைதனில்
தலையணிந்த
காளி
உனக்கு நான் சொல்ல ஒன்றுமில்லை

அவ்வளவே

17

கடவுளுக்கு
கோயிலும்

மக்களுக்கு
சமாதியும்
கட்டத்துடிக்கும்
மனிதனை

பிரதமர் என்றழைப்பது
துன்பகரமானது
அவமானகரமானது
அ
யோக்கியத்தனமானது

அயோத்திக்கு
அருகில் அமையப்போகும்
அச்சுடுகாட்டைத் திறந்து வைப்பது யார்

கடவுளா

பத்துதலைகளும்
பெரும்பசியோடு இருக்கிறது
கவனம்

18

எல்லாவற்றையும்
பார்த்துக்கொண்டிருக்கிறேன்

தேசம்
என்னைப் புண்படுத்துகிறது

மனிதர்கள் காயங்களைத் தோண்டி
தத்துவங்களை ஊற்றுகின்றனர்

மெய்யாகவே சொல்கிறேன்

குடிகளை
யுத்தத்திற்குத் தயார் செய்யும்
நாட்டில் வாழ்வது
சாபம் வாய்ந்தது

மகிழ்கிறேன்
குடிகள் போராட்டக்காரர்களாய் இருக்கும் நாட்டில்

சுதந்திரம்
தன் அம்மணத்தை
தேசியக் கொடியாய் அணிந்திருக்கும்

19

எனக்குச் சொல்லிக்கொடு
தோழனே
போராடுவது எப்படியென்று
உயிர்விடுவது எப்படியென்று

சொல்லிக்கொடுக்காதே தோழனே
சகிப்பையும்
பற்கடிப்பையும்

20

நிராதரவான தேசத்தில்
குடிகள் வெற்றுக்கால்களால்
மண்ணை மிதிக்கும்போது
என்ன நடக்கிறது

சொல்ல மாட்டேன்
மக்கள் போராடுகிறார்கள்
இவ்வார்த்தை சற்று இனிப்பாக இருக்கலாம்
ஞாபகத்தில் வைத்துக்கொள்ளுங்கள்

போராட்டத்திற்கும் யுத்தத்திற்கும்
இருக்கும் இடைவெளி குறைந்துகொண்டு வருகிறது

அமைச்சர்கள்
அந்நியர்களாகிப்போன நாட்டில்
எதிரிகளாவர்

நாடு
தனக்கு எதிரான போராட்டத்தில்
வெடிக்கும்போது

போராட்டம்
புரட்சியென்றழைக்கப்படும்
அபாயமே மிஞ்சுகிறது.

21

இந்த நாடு
திறந்தவெளி
பொருளாதாரத்தை அணிகையில்

குடிகள்
அம்மணமாயிருக்கின்றனர்

நானும்
அம்மணமாயிருக்கிறேன்
செல்ல மகளும்
அப்படியே

முதலாளித்துவத்தின் ஆடைகள்
பிறப்புறுப்பை மட்டும்
பெரிதாக
திறந்து காண்பிக்கிறது

## 22

சாதியும்
சாவும் காதலிக்கும் ஒரு தேசத்தில்
நாம்
என்ன செய்துகொண்டிருக்கிறோம்

இழவு விசாரிக்கும் முகபாவனையோடு
செய்தித்தாளைப் படிப்பது
துயரமானது

சாதியை வைத்து
சாவை அறுவடை செய்யும் ஒரு நாட்டில்
தலைப்புச் செய்தியில்
அதிபர் புன்னகைக்கும் போது
உற்றுக்கவனியுங்கள்

ராமபிரான் தெரிகிறார்
வில்லையும் அம்பையும் மறைத்தபடி

இத்தகைய நாட்டில்
பிள்ளைப் பெற்றுக்கொள்வது
அபத்தமாகயில்லையா

என் மகள் காதலிக்கிறேன்
எனச் சொல்லும்போது
நான் வெட்கத்துடன்
அதிபரைப் பார்க்கிறேன்

அவரோ
என் பிறப்புச் சான்றிதழை
உற்றுப் பார்க்கிறார்

## 23

திரையரங்கில்
தேசியகீதத்திற்கு எழுந்து நிற்கையில்
செல்ல மகள் கேட்டாள்

ஏனப்பா
எழுந்து நிற்கிறோம்
அமைதியாய் சொன்னேன்

ஆள்வோரின் அச்சுறுத்தலுக்கு பயந்துதான்
மகளே ஆகவேண்டும்

இந்தியாவின் இன்ப துன்பங்களைக் கணிக்கின்ற
தாயே
உனதிரு கண்ணில் வழியும் கண்ணீர்
நூற்றியிருபது கோடி ஜனங்களுடையதில்லையா

முதலாளிகளின் இன்பத்திற்கும்
மக்களின் துன்பத்திற்கும்
இடையே
பிரதமர் எவ்வளவு அமைதியாக பல்லிளிக்கிறார்

மன்னித்துவிடுங்கள் தாகூர்
தேசியகீதம்
தேசிய மதம்
தேசிய வெறி
தேசியக் கொள்ளை
தேசிய முதலாளிகள்
தேசிய அதிபர்

தேசியத் திருவோடு
தேசியப் பசி
செய
செய
செய கே

## 24

இந்தியாவில்
திருடர்களுக்கு பொருளாதார அறிஞர்கள் என்று பெயர்
நேர்த்தியாகத் திருடுவது எப்படி
பாராளுமன்றம் விவாதிக்கும்
நீதித்துறை கண்ணியத்தோடு ஆமோதிக்கும்

செய்தி வாசிப்பாளர்கள்
நிதானமாகச் சொல்லுவார்கள்
விளம்பர இடைவெளியில்
பிசாசுப் புன்னகையோடு ஆள்பவர்கள் வந்து போவார்கள்

பாராளுமன்றத்தில்
எங்களுக்காகப் பேசும்
மந்திரிகளை நாங்கள் மகான்கள் என்போம்
மனிதர்களை மகான்கள்தான் ஆளமுடியும்

நேற்று ஒரு புகைப்படத்தில் பார்த்தேன்
தேசியவீரரின் சடலம் பொட்டலம் கட்டி வந்திருந்தது
திரையரங்கில்
தேசியகீதத்திற்கு அமைதியாய் எழுந்து நிற்போம்
சவ அமைதி

துரதிருஷ்டவசமாய்
திரையில்
அதிபர் மின்னுகிறார்
அமைச்சர்கள் மின்னுகிறார்கள்
ஆயுதங்கள் மின்னுகிறது
அணிவகுப்பு மின்னுகிறது
ஆணவம் மின்னுகிறது
மக்கள் திறந்தவாயுடன் பார்த்துக்கொண்டிருக்கிறார்கள்

தற்சமயம்
ஈக்களை அனுப்பிக்கொண்டிருக்கும் அதிபருக்கு
அது எத்தனை ஆழமான படுகுழி எனத் தெரியாது

உள்ளிருக்கும் குடலை மீறி
ஒரு சொல்லொலிக்கும்
பசி
பாராளுமன்றச் செங்கல்லையும்
அது விட்டு வைக்காது

சொல்ல மறந்துவிட்டேன்
எங்களது
தமிழ்நாட்டின்
தேசியவியாதி மறதி

தேசிய முழக்கம்
நாடும் நாட்டு மக்களும் நாசமாய்ப் போகட்டும்

ஞாயிறு போற்றுதும்

தமிழ் வாழ்க
மக்கள் சாக

## 25

### எனது பெரிய தந்தையே

சுதந்திர சந்தையில்
உழைப்பை விற்கக் காத்திருக்கும்
உனது சிறிய மகனான எனக்கு
நீ என்ன சொல்லப் போகிறாய்

கைவிடப்பட்ட இந்த சிறிய ரொட்டியை
என்ன செய்யப் போகிறாய்

இந்தியாவில் இருக்குமெனக்கு
கால்கள் நிலைகொள்ள மறுக்கின்றன
இடுகாட்டிலிருக்கும் உனது கருங்கல் தலை
இப்பொழுது புன்னகைத்துக் கொண்டிருப்பதை
நானறிவேன்

அரசியல்வாதிகள்
மதவாதிகளாகி
பின் முதலாளிகளாகின்றனர்
இது பிந்தைய முதலாளித்துவமா

கடவுள்
இது உடனடியாக விலை போகும் சரக்காக இருக்கிறது
மதவாதம் என்னும் சாத்தானை
சில்லறைக் காசுகளாய் வாரியிறைக்கின்றனர்
பணத்தைத் தொழும் நாட்டில் வாழ்வதை
எந்த வகையில் நான் அர்த்தப்படுத்திக்கொள்வது

மறந்துவிட்டோம் தந்தையே
முதலாளித்துவத்தின் கொலைகள்
கண்களுக்குப் புலனாக மறுக்கிறது
புகைமூட்டமாக இருக்கிறது

இங்கு நடக்கும் அனைத்திற்கும்
கம்யூனிஸ்டுகளாகிய நாங்கள்
இப்பொழுது மதத்தை மட்டுமே குறை சொல்வோம்

எதிரியை அடையாளப்படுத்துவதில்
எங்களின் அடையாளங்களை

தேடிக்கொண்டிருக்கிறோம்
அவ்வப்போது கிடைக்கும் அடையாளத்தில்தான்
பிழைப்பும் ஓடுகிறது

கம்யூனிஸ்டுகளாகிய நாங்கள்
இப்பொழுது வெறும் கம்யூனிஸ்டுகள்
காலை ஒன்பதுமணிக்கு கைதாகி
சரியாக மாலை ஆறு மணிக்கு விடுதலையாகிறோம்

தோழர் உரத்துக்கூவுகிறார்
முதலாளித்துவம் ஜனநாயகப்பண்புடையது
தோழர்கள் கொடிகளை நீவிச் சுருட்டுகின்றனர்

முதலாளிகள் தங்களுக்குள்
கிசுகிசுத்துக்கொள்கின்றர்
நிச்சயமாய் அது உண்மைதான்
அடிமைகளை வதைப்பதென்பது
உற்பத்தியைத் தொந்தரவு செய்யும் காரியம்

போராட்டம் எதற்கென்று கற்றுக்கொடுத்த
என் பெரிய தந்தையே
போராட்ட வழிகள் தெரியாமல்
முட்டிக்கொண்டிருக்கிறோம்

எல்லாவற்றிற்கும் உன்னையே தொந்தரவு செய்வது
சகிக்கமுடியாததாகத்தான் இருக்கிறது

என்ன செய்வது
உன் கருங்கல்தலையில்
என் தலையை மோதிச் சிதறாமல்
நான் பாதுகாக்க வேண்டுமென்றே
இப்பொழுதும் நினைக்கிறேன்.

26

**ராமசாமியும் லெனினும்**

எந்தப் பெரிய கடவுளுக்கும்
பெண்ணை மதிக்கத் தெரியவில்லை
அதனால்தான்
ராமசாமி செருப்பால் அடித்தான்

பெண்ணென்றால் கருப்பை
சிமோன் த பூவாவுக்கு முன்னதாக
சொல்லக் கூச்சமில்லாமல் கத்திச் சொன்னவன்
ராமசாமி

அறுத்தெறி மகளே
கருப்பையில்
தாய்மை இல்லை

எனக்குத் தெரியும்
ராமசாமியை

துரதிருஷ்டம்
அவன் சாமியேயல்ல
அம்மணக்கட்டையாய் கிடந்து
நம்மை ஆசிர்வதிக்கும் சாத்தான்

ராமசாமிக்கு
பெண்களைத் தெரியும்
அவனது மார்பில் பாலருந்திய
பெண் சிசு நான்தான்

ராமசாமிக்கு
கடவுளும்
ஆண்மையும் ஒன்றுதான்

உரித்துப் பார்த்தால் எதுவுமில்லை
வெறுமனே
ஒரு சிறிய வெங்காயம்

ஞாபகம் வருகிறது
எத்தனை பெரிய மேதையாக இருந்தாலும்
அவனது சவப்பெட்டியைத் திறந்து பார்

கொஞ்சம்
ஆணாதிக்கம் துடித்துக்கொண்டிருக்கும்
இது லெனின் சொன்னது

சொல்ல மறந்துவிட்டேன்
ராமசாமியும் லெனிலும்
ஒருவரையொருவர்
பார்த்துக்கொண்டதில்லை

தோழர்களை
அணைத்துக்கொள்ளும் போது

குறியோ
முலையோ
தட்டுவதில்லை

ஆமென்.

## 27

**கடவுளின் தரகர்....**

அதிபர் பிரம்மச்சாரி
குடும்பக்கட்டுப்பாட்டைத் தேசத்தின் நலனுக்காகத்தான் செய்கிறார்
கடவுள்களுக்கும் அவை பொருந்தும்

நாம்
நிம்மதியாக தூங்கமுடியாத நாட்டில்
வாழ்ந்துகொண்டிருக்கிறோம்
புசிக்கிறோம்
புணர்கிறோம்

நம்பெயரால்
கடவுள் தேசத்தை ஆண்டுகொண்டிருக்கிறார்

மூட்டுவலியோடும்
மலச்சிக்கலோடும்
அதிபர் தேசியத்தை முக்கிச் சொல்கையில்
குருதி கசிகிறது
ஆசனவாய் குருதிக்கு அடர்த்தி அதிகம்

யுத்த தளவாடங்களில் கடவுள்கள் பெயரும்
இதிகாசக் கதாநாயகன் பெயரும் பறந்து செல்கிறது

எங்கள் தேசத்தில் இராமன் யோக்கியன்
சந்தேகமேயில்லாமல்
மனைவியை சந்தேகிப்பது எப்படியென
கற்றுத்தருபவன்

அமைதியாய் இருங்கள்
பிரதமர்
தேசியக் கீதத்தை விசிலடித்துக் கொண்டிருக்கிறார்

நாம் சாவதற்குள்
கடைவாய்ப்பற்கள் இறுக
சக மனிதனை எதிரியென அழைத்துவிட வேண்டும்
அதிபரின் ஆசை இது தவிர வேறெதுவுமில்லை

அவர்
காத்திருக்கிறார்

இந்தியா
சுதந்திரத்திற்கு முன் கல்லறைகளை வைத்திருந்தது
இப்பொழுது கடன் வாங்கிக்கொண்டிருக்கிறது

ஜெய்ஹிந்த்
எல்லோரும் எழுந்து நில்லுங்கள்
சவ ஊர்வலத்தில்
மௌனமாக இருப்பது நல்லது.

28

**ஆதார் கார்டுகளின் காதலனுக்கு...**

எத்தனை ஆதார் கார்டுகள் வைத்திருந்தால்
பள்ளிக்கூடப் பிள்ளைகளின்
மதியச் சோற்றில் முட்டை இடுவீர்கள் மோடிஜி
உங்களுக்கு ஓட்டுனர் உரிமம், முகவரி,
கேஸ் பதிவுக்கான ஆதாரங்கள் ஏதேனும் உள்ளதா

யோசியுங்கள் ஏமானே...
இரத்தமும் சதையுமான ஒரு மனிதன்
தனக்கான ஒரு அடையாளத்தை வேண்டி வரிசையில் நிற்பது ஏன்
பாருங்கள் என் ஆதார் அட்டையில்
என் முகம் வீங்கித் தெரிகிறது

ஆதார் அட்டையை நீங்களும் உற்றுக் கவனியுங்கள்
மோடிஜி
அட்டையின் மேலே சிவப்பு நிற கைரேகை
பாதி அறுக்கப்பட்டது போல் இருக்கிறது
அதன் மேலே மஞ்சள் நிற சக்கராயுதம் சுழல்கிறது
நீங்கள் தேர்ந்த நிறக்கலைஞன்
இதுவே உதாரணம் மோடிஜி

விண்ணப்பத்தில்
என்ன தொழில் என்று கேட்கப்படவில்லை

ஏமானே
உங்களது உஷார் தன்மையை நான் புரிந்துகொண்டேன்:
இருப்பின்
அது உங்கள் ஆதாரில்
அது என்னவாக மின்னும்

கெஞ்சிக் கேட்டுக்கொள்கிறேன்

மோடி மஹ்ராஜ்...
சோற்றுக்காகவும்
வேலைக்காகவும் குடிகளைப் பிச்சையெடுக்க வைத்தீர்கள்
போகட்டும்
அது எங்கள் தலையெழுத்தென்று சொல்ல
உங்கள் கடவுள்கள் உங்களுக்கு உதவுவார்கள்

ஆனால் வாழ்வதற்கான
அடையாளத்தையும் பிச்சையெடுக்க வைக்காதீர்கள்
காய்ந்த வயிற்றோடும் நிம்மதியற்ற குரலோடும்
வரிசையில் நிற்பது
வலிக்கிறது

மஹ்ராஜ்...
நீங்கள் முதலாளிகளிடம் வாங்கிய பிச்சையை
எங்களது வங்கிக் கணக்கில் இடாதீர்கள்
அது எங்களுக்கு வேண்டாம்
ஆதார் வாங்குவது
பிச்சைக்கான அடையாள அட்டை போல் தெரிகிறது மோடிஜி

முதலாளித்துவம் பற்றி எங்களுக்கு ஓரளவு தெரியும்
அடிமையுடைமை அடிமையைக் கொன்றது
நிலப்புரபுத்துவம் ஓய்வு ஓழிச்சல் இல்லாமல் வேலை வாங்கியது
முதலாளித்துவம் எட்டு மணி நேர வேலை வாங்குகிறது
நீங்களோ அதை 24 மணி நேரமாக்க
வெளிநாட்டுப் பயணங்களை மேற்கொள்கிறீர்கள்

இடையில் பகவத்கீதையையும் படிக்கிறீர்கள்
கடமையைச் செய் பலனை எதிர்பாராதே என்ற வரிகள்
உங்களது வெளிர்நிற விழியைக் காவிக்குக் கொண்டு சென்றிருக்கும்

நாங்களும் பலனை எதிர்பாராமல்
கடமையைச் செய்ய வேண்டுமா
கடவுளுக்குப் பசிக்காது மஹ்ராஜ்
அவருக்கு வயிறில்லை

நாங்கள் குடிகள்
எங்களுக்குப் பசிக்கும்
புரிந்து கொள்ளுங்கள்
தயவு செய்து புரிந்துகொள்ளுங்கள்

பிரதமரை முதலாளி என்றழைப்பது நன்றாகவா இருக்கிறது
அசிங்கமாக இருக்கிறது மோடிஜி
உங்களுக்கு இது கூச்சத்தை வரவழைக்கவில்லையா
முதலாளித்துவம் உங்களுக்கு பின்புறத்தையும்
பரிதாபக் கோலத்திலிருக்கும்
எங்களுக்கு முன்புறத்தையும் காட்டுகிறது

அடையாளப் பசியில்
ஏப்பம் விடுபவர்கள் உங்கள் அருகில் இருக்கிறார்கள்

அடையாளங்களை அழிக்கும் நாங்கள் உங்கள் தூரத்தில் இருக்கிறோம்
உங்களுக்கு ரேஷன் கார்டு இருக்கிறதா மஹ்ராஜ்...

எனக்கு ஞாபகம் இருக்கிறது
முதியோர் அட்டையை ஒருமுறை பதியச் செல்லும்போது
என் அம்மாச்சி கூலி என்று சொன்னாள்
எனக்கு யாருமில்லையென்ற
பொய்யைத் தாராளமாகக் கூவி
அந்தக் கிழவி அரசை சதா ஏமாற்றினாள்
பசி அனைவரையும் அனாதையாக்குகிறது மோடி மஹ்ராஜ்

முதியோர் உதவித் தொகையில்
சிறுவனான என்னையும் என் தாயையும் வளர்த்தாள்
அவர்கள் கூலிகள் என்றழைக்கப்பட்டார்கள்

நான் பள்ளிக்கூடத்தில் மாணவன்
விடுமுறைக் காலங்களில்
சிறிய கூலி
என்றழைக்கப்படுவேன்

எனது ப்ரிய மோடிஜி
கடவுள் ஏன் என் அம்மாச்சியைப் போல் இருக்கக் கூடாது
உங்களைப் போல இருக்கவா அவர் உங்களைப் படைத்தார்

ஏமானே...
சுயமரியாதையும் ஒரு பசிதான்
ஆனால் காய்ந்து கிடப்பது
வயிறென்ற உறுப்பல்ல

சுயமரியாதை என்ற சொல்லுக்கு உறுப்பு கிடையாது
அதை வேதப்புத்தகங்களில் தேடவேண்டாம்
வேண்டாம் ஏமானே...

பசியைச் சீண்டி விளையாடாதீர்கள்
அந்த மிருகம் எத்தனையோ கோபுரங்களை
தன் மத்தகத்தால்
முட்டி வீழ்த்தியிருக்கிறது.

## 29

**மரியாதைக்குரிய முத்தங்களோடு மோடிஜீக்கு...**

அன்புள்ள மோடி
உங்களைச் சொல்லிக் குற்றமில்லை
இந்தியாவில் நாங்கள் பிறக்கிறோம்
எங்கள் தகப்பனும் தாயும்
கொக்க கோலாவும்
டாட்டாவும்தான்

உலகமயமாதல் என்பது
முதலாளிகளின் ஈவிரக்கமற்ற தொந்திதான்

ஈஷாவுக்கு இருப்பது
நடனமாடும் கால்கள்
எங்களுக்கு பசித்த வயிறுகள்

பிச்சையெடுக்கும் கரங்களால்தான்
நாங்கள் ஓட்டுப்போடுகிறோம்
பொறுக்கிகளென
நீங்கள் எங்களை அன்போடு அழைக்கிறீர்கள்

பசித்த எம் செவிகளுக்கு
அது புரிந்தபாடில்லை

செவிகளுக்கு சற்றுத் தொலைவில்
வயிறுகள் இருக்கிறது
எதையும் மறந்து தொலைக்கும்
இதயம் இருக்கிறது

அணுகுண்டுகளை
நீங்கள் பரிட்ஷித்துப் பார்க்கும் போது
நாங்கள் புன்னகை செய்கிறோம்
உண்மையில் அது எங்கள் அடிவயிற்றில் இருக்கிறது
அதைச் சுட்டுப் பொசுக்க
உங்களிடம் இருக்கும்
கடவுளைக் கொடுத்தனுப்புங்கள்
அமைதியாகத் தின்று
தண்ணீர் குடித்து நிம்மதியாக உறங்குவோம்

## இடக்கரடக்கல்

இந்த இந்தியாவில்
நாங்கள் கடவுளை எத்தனை முறைதான் கொல்வது
கடவுளைக் கொல்லும் போது
அப்பாவியான கடவுள்
என்ன மொழியில் கதறுவார் எனத் தெரியவில்லை

பசித்த வயிற்றோடு
நாங்கள் இருக்கும் போது
எதையும் தின்பதற்கு
சபிக்கப்பட்டவர்களாக இருக்கிறோம்

மன்னித்துவிடுங்கள்
பசித்திருப்போரின் வயிறுகள்
ஆள்வோரின் கல்லறைகள்
இதை உங்களது மதப்புத்தகங்கள் சொல்வதில்லை

தயவு செய்து
உங்கள் கடவுள்களை...
நடனமாடும் மனிதர்களை அனுப்பி வையுங்கள்
மறக்காமல் சொல்லி அனுப்புங்கள்
ஏப்பம் விடும்போது பாரத் மாத்தாக் ஹி ஜே
அடிவயிற்றிலிருந்து உச்சரிக்க வேண்டும்

ஏப்பம் போல ஒன்று
நெடுங்காலமாக எங்களுக்குத் தேவைப்படுகிறது
வயிறு நிரம்பாவிட்டாலும்
நாங்கள் நடிக்க அது எங்களுக்கு உதவும்

உங்களைச் சொல்லி குற்றமில்லை
மோடிஜி
உலகமுதலாளிகளின் குறிகளுக்கு
கடவுள் எது
சாத்தான் எது
தெரியவில்லை

துரதிருஷ்டம் பிடித்த அவர்களது கண்ணில்
எங்கள் காய்ந்த வயிறுகள் தெரிகிறது
கையில் இருக்கும்
சில்லறைக் காசுகளின் ஒலி கேட்கிறது

உங்களது சந்தை என்பது
இந்தப் பாழாய்ப்போன இந்தியாதான்
இந்துவோ

முஸ்லீமோ
கிறிஸ்துவோ
பார்சியோ
சீக்கியோ
எல்லாருக்கும்
அடிவயிற்றில் இருப்பது
என்னவென்று உங்களுக்குத் தெரியாது

எங்கள் கடவுளைத்தான் கேட்க வேண்டும்
ஏன் எங்களை உங்களிடம் ஒப்படைத்தாரென்று

உலகமயமாதல் என்பது சிவமயமாதல்
ஈஷா உங்களுக்குச் சொல்லிக் கொடுப்பார்
அமைதியாகக் கேட்டுக்கொள்ளுங்கள்
யானைகளின் பாதங்கள்
கனவில் வருவதை மறப்பதற்காகத்தான்
மனிதர் நடுங்குகிறார்
நீங்கள் அதை டிஸ்கோ... டிஸ்கோ... என்கிறீர்கள்

பாருங்கள்
எங்களது கார்ல் மார்க்ஸ்
பரட்டைத்தலையோடு காட்சி தருகிறார்
இந்தக் கம்யூனிஸ்டுகள் பாவம்
நீங்கள் புலம்புவது தெரிகிறது

பாராளுமன்றம் என்பது வட்டவடிவக் கொப்பறை
மக்கள்
அதைக் கழிப்பறையாக மாற்றுவார்கள்
சிவப்பு நிறத்தில் பேளுவது
நிச்சயம் சகிக்க முடியாததாக இருக்கும்

ஆம்
மக்கள்
நெருப்பைத் தின்றிருப்பார்கள்.

## 30

### இ.பீ.கோ *124* A

ஆளும்வர்க்கம்
தேசமாயின்
அதன் அந்தரங்கத்தை
வெயில் கூச
மக்களுக்குத் திறந்துகாட்டுவான் கவிஞன்

கவிஞனின் குரல்வளையை
தேசத்துரோகமென
தேச அரசு இறுக்கும் போது
கவிஞனின் முணகல்
எச்சில் தெறிக்க காற்றை உமிழ்கிறது

மக்களின் அடிவயிற்றில்
தேசம் அடிப்பதை
எந்த துரோகத்தில் சேர்ப்பது
தேசம் என்றால்
என்ன
வரைபடத்தின் இளித்த கோடுகளா

கோடுகளில் சிறுநீர் பெய்யும் அமைச்சர்களா
மக்களா
மொழியா
இனமா
பசியா

பசியை ஆற்றவியலாது
பற்றி எரியும் நெருப்பில்
என் செல்ல மகளை நிறுத்துகிறேன்

கொளுத்து தேசமே
எரியும் பணத்தாள்களில்
புன்னகைக்கும்
மகாத்மாவை
கருகிய உடல்களாகப் பார்க்கையில்
நான் என் செய்வேன்

தேசமே துரோகம் செய்வதுதான்
தேசத்துரோகம்
இதை உங்களுக்கு
உரத்துச் சொல்கிறான்
கவிஞன்

31

**துப்பாக்கிச் சொல்.**

பிடலின் துப்பாக்கி
அஜிதாவின் துப்பாக்கி
பிரபாகரனின் துப்பாக்கி
தமிழ்
மலையாளம்
கியூபா
மக்கள்

கேரள காவல்துறைக்கும் கம்யூனிஸ்ட் கட்சிக்கும் சம்பந்தமில்லை
புத்தனுக்கும் ராஜபக்ஷேவுக்கும் சம்பந்தமில்லை
அமெரிக்காவுக்கும் இயேசுவுக்கும் சம்பந்தமில்லை

நல்லது அப்படியே ஆகட்டும்
அதிகாரம் துப்பாக்கியால் வடிவமைக்கப்படும்போது
அதிகாரத்துக்கெதிராய் புல்லட்டுகளும்
வடிவமைக்கப்படுகிறது

விமர்சனங்களுக்கு அப்பாற்பட்டுத்தான்
அரசு கொலை செய்கிறது
விமர்சனங்களை முன்வைத்துத்தான்
நாம் தத்துவம் படிக்கிறோம்
குறுக்கும் மறுக்குமான வாதங்களில்
ஒரு குண்டுக்கு பலியாவதென்பது
மரணத்தின் முகத்தில் காறி உமிழ்வதுதான்

அரசு என்று உச்சரிக்கும் போது
நாக்குழறுகிறது
அது எந்த வகையான அரசு என்ற விவாதத்தில்

எத்தனை சவப்பெட்டிகளுக்கு
நாம் ஆணிகளைத் தயார் செய்யப் போகிறோம்
எண்ணிக்கைகள் இங்கு முக்கியம்

மாவோயிஸ்ட்கள் பலியாவதும்
போலிஸ்காரர்கள் வீரமரணம் அடைவதற்குப் பின்னுள்ள
அர்த்தங்கள் என்ன
என் அகராதியில்
பலி என்றது களப்பலியாகவும்
வீரமரணம் என்பது சம்பளத்துக்கு சாவதுமாகிறது

அத்தனை துப்பாக்கிகளுக்குள்ளும்
காண முடியாத குழந்தைகளும் மக்களும் இருக்கிறார்கள்
தோழர்களே உறங்குங்கள்
பாழாய்ப் போன போலிசாரின்
துப்பாக்கிப் பின் வேறு என்னதான் இருக்கமுடியும்

துப்பாக்கியைப் பிடித்திருப்பவனுக்கு அரசு சம்பளம் தருகிறது
உங்களுக்கு ஒரு பிடி வாய்க்கரிசி

கேரளாவை ஆளும் கட்சிக்கு
என் பலிச்சோறு.

## 32

வாக்கால் ஆன பெருமக்களே.
நான் இந்தியக் கம்யூனிஸ்டாய் இருந்தேன்
அவர்கள் என்னை நம்பவில்லை
ஏனெனில் நான் இந்தியக் கம்யூனிஸ்ட் தோழராய் இல்லை

நான் மார்க்ஸிஸ்ட் கம்யூனிஸ்டாய் இருந்தேன்
அவர்கள் என்னை நம்பவில்லை
ஏனெனில் நான் மார்க்சிஸ்ட் தோழராய் இருந்ததில்லை

மறுமலர்ச்சி என்றேன்
அவர்கள் என்னை நம்பவில்லை
என்னில் மறுமலர்ச்சி இல்லை

விடுதலைச் சிறுத்தைகள் என்றேன்
அவர்கள் என்னை நம்பவில்லை
ஏனெனில் நான் ஒடுக்கப்பட்டவன் இல்லை

மக்ளே... என்றழைத்தேன்
நானே
கம்யூனிஸ்டுகளும்
மறுமலர்ச்சியும்
ஒடுக்கப்பட்டவனுமாய் ஆனேன்
இறுதியில் கேப்டனும் நானே

ஏழை ஜாதி கோழை ஜாதியல்ல
எரிமலை எப்படி பொறுக்கும்
நம் நெருப்புக்கு இன்னுமா உறக்கம்

வைரமுத்து நிம்மதியாக இருக்கிறார்
லியாகத் அலிகான் தூங்கிவிட்டார்
ராமநாராயணன் குரங்குகளுக்குப் பதில்

மக்களை நினைத்துக்கொள்கிறார்

லெனின் வெறும் கலைஞர் ஆனார்
கேப்டன் புரட்சிக் கலைஞர் ஆனார்

நடுவில்
நம் கலைஞர் பேசுகிறார்
தேசம் ஞானம் கல்வி ஈசன்
பூசை எல்லாம் காசின் முன் செல்லாதடி
குதம்பாய்
காசின் முன் செல்லாதடி

ஸ்டாலின் முணங்குகிறார்
கட்டி அழும் போதும் தாண்டவக்கோனே முதலமைச்சர்
சீட்டில் நீ கண்வைய்யடா தாண்டவக்கோனே
ஆரியக் கூத்தாடினாலும்
தாண்டவக்கோனே மக்கள்
சொத்தில் நீ கண்வையடா தாண்டவக்கோனே

அழகிரியாகிய நான்
அழகிரி மட்டுமே... இதற்கும்
இந்தக் குடும்பத்துக்கும்
எனக்கும் எந்த சம்பந்தமும் இல்லை

அன்பு மணி பிரகடனம் செய்கிறார்
அன்புமணியாகிய நான் மக்களின் சாவு மணி
ராமதாஸ் சவுக்கால்
தன்னை தானே அடித்துக்கொள்கிறார்

மக்களே இந்தக் கூட்டணியை
நீங்கள் பார்த்துக்கொள்ளுங்கள்

நான் தற்கொலை செய்துகொள்கிறேன்
இதை ஆதரவற்ற மனிதன் சொல்லுகிறான்
மக்களைப்பற்றிப் பேசும்போது
மக்களை நினைக்கக் கூடாது
கூட்டணி பற்றி நினைக்கும் போது
தத்துவத்தைப் பேசக் கூடாது
ஒலிப்பெருக்கி கத்தத் தொடங்குகிறது

ராமகிருஷ்ணன் பேசுகிறார்

கேப்டனும் புரட்சிக் கலைஞருமாகிய நமது விஜயகாந்த்...
முத்தரசன் சொல்கிறார்
மக்களின் தலைவனே...
வைகோ தர்மனே என்றார்
உடலதிர திருமாவளவன் கைதட்டுகிறார்

ஏமாந்த சோனகிரிகளை பார்த்து
நாம் இப்படிச் சொல்வோம்
ஏமாந்து கொண்டே இருப்பது மக்களின் கடமை
ஏமாற்றிக்கொண்டே இருப்பது தலைவர்களின் கடமை

ஜெயலலிதா பாடுகிறார்
பாட்டும் நானே பாவமும் நானே
பாடும் உனை நான் பாடவைப்பேனே

மக்கள் சந்து சந்தாக ஓடிக்கொண்டிருக்கிறார்கள்
முட்டுச் சந்தில் நின்று
கண்ணதாசன் கையெடுத்து
கும்பிட்டு கண்ணீர் மல்குகிறார்
இந்த நாடும் நாட்டு மக்களும் நாசமாய்ப் போகட்டும்

ஹிட்லர் முணங்குகிறார்
ஜனநாயகம் என்பது வாயாடிகளின் அரசியல்

வசுமித்ர சொல்கிறாள்/ன்
மரம் தன் கனியால் அறியப்படும்

கடைசியாய்
கேப்டன் சொல்லுகிறார்
ஹேய்...
தூக்கி அடிச்சிருவேன் பார்த்துக்க...

33

எனது தனிமை ஒரு திருவோடு
யாரேனும்
முத்தத்தைப் பிச்சையிடுங்கள்

எனது
தனிமை பிணம்
நரியோ கழுகோ
எதுவும் சம்மதம்

எனது தனிமை
துர்நாற்றம்
நாசியுள்ளோர்
பொத்திக் கொள்க

எனது தனிமை
இறை
சிலுவையோ அம்போ
எய்து கொல்க

எனது தனிமை
அரசியல்

என்ன செய்யப் போகிறீர்கள்

34

அதிகாரம்
வயிற்றில் அடிக்கும் போது
மார்பை நிமிர்த்து
தோழனே

ஆயுதத்தை
அவர்களே தீர்மானிப்பார்கள்

பசித்த வயிற்றில்
உறங்கும் பூதத்திற்கு
எதிரே இருப்பது
உணவுதான்

அடித்துப் புசி

துரோகத்தை
தேசம் செய்தால்
மக்களின் பெயர்
துரோகிகள்

வரலாறு
துரோகிகளை விடுதலை செய்யும்

35

சொல்லை அவிழ்த்தெறி
அர்த்தம் நிர்வாணமாகட்டும்

பற்களுக்கிடையில்
கடிபடும் மரணத்தை
கவனி

உடலை
உடலால் கொன்றழிக்கும்
ஒன்றுக்கு

என்ன பெயர்

36

சகிக்க முடியா
பிணநாற்றத்தில்
கடவுள்கள்
வாழ்ந்து கொண்டிருக்கிறார்கள்

ஊர்வலத்தைக் கவனி

பிணத்தை
பிணமாகப் பார்க்கத்தெரிந்தவர்
இங்கு எவருமில்லை

37

அச்சப்படாதே
அழகிய பிணங்களை
உனக்கு நான் அறிமுகம் செய்து வைக்கிறேன்.

பிணங்களை உண்ணும்
மனிதனைக் கவனி
தன்னை உண்ணும் பேராவல்
அவன் கண்களில் மின்னித் தொலைகிறதா?

பிரதமரின் பெயரைச் சொல்லாதே
அஃதுன்னைப் பற்றியேறும் சாபம்

கவனி
அதுமட்டுமே
இப்பொழுது நீ செய்யும் தகுந்த காரியம்

38

பிறந்த
அடுத்த கணமே
உங்களது சிசுவின்
தலையில் கடனை ஏற்றும்
ஒரு நாட்டை

தாய் நாடென்றோ
தந்தை நாடென்றோ

அழைப்பீர்களா
என்ன

காந்தியறிதல்...

# I

காந்தி
தனது மேலுடையைக் களையும்போது கவனித்தேன்
கழுத்தில் ஆழமான வெட்டுக்காயம்
உடையை மடித்து வைக்கத் திரும்புகையில்
முதுகைக் கவனித்தேன்
குறுவாள் கிழித்த கோட்டின் வரைபடம்
முகம் அதிர்ச்சிக்குத் திரும்பும் போது

காந்தி
புன்னகையோடு
இந்தியாவில் நான்
வாழ்வது சற்று சிரமமாக இருக்கிறது

யோசித்துப் பார்க்கையில்
சத்யமேவ ஜெயதே
சாதியமாவே ஜெயதே என்றொலிக்கிறது

நான் என்ன செய்ய முடியும்
சுடப்படும்போது
ஹேராம்தான் என்னை முடித்து வைக்கும்
இறுதிச் சொல்லாக இருந்தது.

## II

எனக்கு நீங்கள் அநியாயம் செய்துவிட்டீர்கள்
மகாத்மா

அம்பேத்கர் கூறும்போது
காந்தியின் புன்னகை ஒரு துரோகத்தைப் போலிருந்தது

உண்மையில்
காந்தி பழக்கப்பட்டுக்கொண்டிருந்தார்
கசப்பில்
ஊறிய
ஊறவைக்கப்பட்ட வார்த்தைகளை
செரித்துப் பழகுவது எப்படியென்று

மறுக்கவோ
மறக்கவோ ஏதுமற்ற மக்களைக் குறித்து

அம்பேத்கர் பேசும்பொழுது
காந்தி கேட்டுக்கொண்டிருக்கிறார்
அனைத்திற்கும் சாட்சியாக

நாம் மிக நிரந்தரமாக
சாட்சி சொல்பவனைக் கொலை செய்துகொண்டிருக்கிறோம்.

# III

மிஸ்டர் காந்தி
டால்ஸ்டாய்
முதலாளிகளின் உடலில்
ஏழைகளின் ஆத்மாவைத் திணிப்பது குறித்து
ஏதேனும் சொல்ல விரும்புகிறீர்களா

எனக்குத் தெரியாது
நான் டால்ஸ்டாயை ஏழையாகப் பார்க்கிறேன்
குறைந்தபட்சம்
என்னையொத்து

நிம்மதியான சாவு அவருக்கும் கிடைக்கவில்லை
அலைச்சல்
மரணத்தையும் நிலத்தையும் சேர்த்தே அளக்கிறது

## IV

வருத்தமாக இருக்கிறது காந்தி
வலதுபுறம்
தோட்டா பாய்ந்தபோது
ஏன்
ஹேராமை அழைத்தீர்கள்

என்ன செய்வது
சகோதரனே...
என்னால் ராமனுக்குத் தர முடிந்த
தண்டனை
அது ஒன்றுதான்

## V

நீங்கள் ஏன் காந்தி
கவிதை எழுதுவதில்லை

மிகவும் சோர்வாக இருக்கிறது சிறுவனே
மன்னித்துவிடு
என்னுடலைத் திறந்த தோட்டாக்கள்
அத்தனை கவித்துவமானவை

மரணம் மகாத்மவை முத்தமிடும்போது
நான் பார்த்துக்கொண்டிருந்தேன்

என்னால் இனி செய்ய முடிந்ததெல்லாம்
மரணத்தை வாசிப்பதுதான்

## VI

கோட்சே உங்களைக் கொன்றது குறித்து
ஏதேனும் சொல்ல நினைக்கிறீர்களா

சொல்வதற்கு ஒன்றுமில்லை
கைவிடப்பட்ட
எனது மூத்த மகனைப் போல் இருந்தான்
வா மகனே எனச் சொல்ல வாயெடுத்தபோதுதான்
கந்தகநெடி நாசியைத் துளைத்தது

அவன் நன்றாக இருக்கிறானா

கொஞ்சம் அமைதியாய் இருங்கள் மகாத்மா
பிரதமர் உரையாற்றுகிறார்.

# VII

மகாத்மா...
உங்களை அம்பேத்கர் வெறுத்தாராமே?

யார் சொன்னது..!
அவர்
எனக்கும் சேர்த்தல்லவா போராடினார்

வெறுப்பு
என்றால் உண்மையில் என்ன

என் வாழ்நாளில் முக்கால் பாகமும்
இதுதான் துயர்மிகுந்த கேள்வியாயிருந்தது

ஒருமுறை ஹரிலாலைப் பார்த்த
கஸ்தூர்பாவின் கண்கள்
எனை நோக்கித் திரும்புகையில்
அதைக் கண்டுகொண்டேன்

## VIII

சொல்லத் தயக்கமாக இருக்கிறது
மகாத்மா
இறக்கும் போது
நீங்கள் சொல்ல நினைத்த உண்மை என்ன

ஒன்றே ஒன்றுதான் சிறுவனே
உண்மையாய் இருங்கள்

துரதிருஷ்டம்...
உண்மையும் சார்பானது

## IX

கனவில்
ஆயுதங்கள் தரித்ததுண்டா மகாத்மா?

இல்லை சகோதரனே
என் தற்கொலையை
நான் நிகழ்த்திப் பார்த்ததில்லை.

## X

சொல்லக் கூச்சமாயிருக்கிறது
காந்தி

சொல் மகனே

நாங்கள் இப்பொழுது குடிமக்கள் அல்ல
விற்பனைச் சரக்குகள்

நல்லது
எனக்கு அந்த மதிப்பும் இல்லை

என்னைச் செலவளிக்க முடியாது

# XI

உங்கள் சாவுநாளில்
மிட்டாய் கொடுக்கிறார்கள் மகாத்மா

நல்லது

நான்
மிட்டாய் சாப்பிடுவதை
உயிருடன் இருந்தபோதே நிறுத்திவிட்டேன்

## XII

அவர்கள் உங்களை
இன்னமும் நிற்க வைத்த கோலத்தில்தான்
சுடுகிறார்கள் காந்தி

தவறில்லை
அது சரிதான்
நான் அவர்களுக்காக ஏதும் செய்யவில்லை

இதற்காகவது பயன்படுகிறேனே

எனது பிம்பம் அத்தனை
துயருடையது மகனே

## XIII

நிர்வாணப் பரிசோதனையில்
நீங்கள் உடுத்திய உடை யாருக்குச் சொந்தம் மகாத்மா

மன்னித்துவிடு நண்பனே
இக்கணம்
இக்கேள்வியை நீ காந்தி போல் கேட்கிறாய்
நான் கோட்ஷே போல் பதிலளிக்க முடியாது

எதிரியாய் வாழ்வது
தற்கொலையூக்கி இல்லையா..!

துயரம்
என் வாழ்நாளில் சில நாட்கள்
வாழ்ந்து பார்த்திருக்கிறேன்
கோட்ஷேவாக

இவ்வுரையாடலை முடித்துக்கொள்ளவேண்டும்
போலிருக்கிறது நண்பனே

கஸ்தூர்பாவிடம் எத்தனை முறைகள்தான்
நான் மன்னிப்புக் கேட்பது?

ஒன்றே ஒன்று புரிகிறது
வரலாற்றாசிரியர்கள் வார்த்தைகளைத் தேடுகிறார்கள்
கவிஞன்
அர்த்தங்களைத் தேடுகிறான்.

அம்பேத்கரறிதல்

# I

வயலினை
ஏன் பாபா
இசைத்தீர்கள்

வாளைத் தொட்டுவிடக்
கூடாதென்பதற்காகத்தான்
கவிஞனே

## II

காந்தியை வெறுத்தீர்களாமே
பாபா

யார்
சொன்னது
சிறுவனே

என்னை வெறுக்க
எனக்கென்ன
பைத்தியமா பிடித்திருக்கிறது

## III

உங்களது அடையாளம்
அறிவாமே
பாபா

ம்ம்...
இதயமற்றவனெனச் சொல்வதில்தான்
அவர்களுக்கு
எத்தனை கவித்துவம்

அவர்களின்
இருள் மூடிய
இதயத்தைத் தொட்டுச்
சொல்லச் சொல்
வசுமித்ர

இங்கு
அறிவுக்கு நிறமுண்டு

நிறமோ
வலியாலும்
குருதியாலும்
வழிந்துகொண்டிருப்பது

# IV

பசி என்றால்
என்ன பாபா

பலருக்கு
பழக்கம்

எனக்கு வழக்கம்
சிறுவனே

## V

இந்தியவரலாற்றின்
இறுதியில்
நீங்கள் கண்டதென்ன

காந்திக்கு கோட்ஷேவும்
எனக்கு சாதியும்

துயரம்

## VI

ரமாபாயை
வெறுத்ததுண்டா பாபா

அழவைத்திருக்கிறேன்
அழுதிருக்கிறேன்

காதல்
அத்தகையதுதானே
நண்ப

எனது புத்தகங்களிலுள்ள
கண்ணீர்க்கறைகள்
அவளாலானது

# VII

புனா ஒப்பந்தத்தை எப்படி
பார்த்தீர்கள்
பாபா

பட்டினி கிடக்கும்போது
பாபுஜி
என்னைப் போலிருந்தார்

என்னை
சில கணங்கள்

நான்
வெறுப்பது உண்டு

# VIII

கேட்கத் தயக்கமாக
இருக்கிறது பாபா

உங்களது சாதி
எது

எனக்களிக்கப்பட்ட
விஷம்

எல்லோரும்
பருகும்போது

என்னிதயத்தில்
நீலம்
பாய்வது
அதுதான்

## IX

காந்தி குறித்துச்
சொல்லுங்கள் பாபா

அவர்
ஆளும் சாதி

கஸ்தூர்பா
என் சாதி

## X

இடஒதுக்கீடென்றால்
என்ன பாபா

பாழுந்துயரம்

எங்களது
இடத்தை
பிறர்
பிடுங்கிக்கொள்வதுதான்

# XI

நீங்கள்
கடவுளா
பாபா

இல்லை சிறுவனே

நான்
கைவிடப்பட்ட
மனிதன்

இரத்தமும் சதையுமானது
என் அழுகை

பூசாரிகளின்
மந்திரகோஷங்களை
வெறுக்கிறேன்

அவர்கள்
என்னை ஏலம் விடுகிறார்கள்

## XII

தனியாக
இருக்கும்போது
என்ன நினைப்பீர்கள்
பாபா

இலட்சம் குரல்களுடன்
பேசிக்கொண்டிருப்பேன்

உனக்குத் தெரியுமா
சிறுவனே

ஊமைநாயகனென்று
எனக்குப் பெயர்

## XIII

இரவில்
அழும் ஓசைக்கு என்ன பெயர்
பாபா

வரலாறு
முழுக்க
பொய்யை சந்திப்பதென்று
பொருள்

## XIV

கொலை செய்யும்
எண்ணம்
எப்போதேனும் வந்ததுண்டா
பாபா

கொலைசெய்யப்பட்டவர்களின்
சரித்திரத்தை எழுதும்போது

அழுகையை
தற்கொலையென்றழைப்பதில்
எனக்கு
மாற்றுக்கருத்தில்லை

உறுமலை
மொழிபெயர்க்கமுடியுமா
நண்ப

# XV

புத்தனை
சந்தித்தபோது என்ன நினைத்தீர்கள்

சொல்வதற்கு
ஏதேனும்
சொல் இருக்கிறதா பாபா

இருக்கிறது

எந்த சாதிக்கு எதிரானது
உன்
நிர்வாணம்

# XVI

துரோகம் குறித்து
என்ன நினைக்கிறீர்கள் பாபா

புன்னகையோடு கேட்கிறேன்
நண்ப

எனக்கு
நீங்கள் எப்போது
நியாயம் செய்தீர்கள்

# XVII

மார்க்ஸ் குறித்துச் சொல்ல
நினைவில் இருப்பதென்ன பாபா

மன்னித்துவிடு
சகா

என்
நினைவில் இருந்ததெல்லாம்
விடுபடல்கள்தான்

வேறுவழியில்லையெனக்கு

அழும்போது
தர்க்கத்தை
கொஞ்சம் தள்ளிவைத்திருந்தேன்

அவ்வளவே

## XVIII

ஈ.வெ.ராமசாமியைச்
சந்திக்கும்போது
எப்படி உணர்ந்தீர்கள்

கொஞ்சம்
கோபம் நிறைந்த
புத்தன்

திருவோட்டுக்குப் பதில்
சுத்தியல்

# XIX

இறுதியாக
சொல்ல விரும்புவதென்ன பாபா

எனது கோட்டும்
காந்தியின் கோட்டும்
இந்தியாவில் கழட்டப்பட்டது
இருவரும் உதை வாங்கினோம்

இருவரும்
அஹிம்சையை
உண்டோம்

அவர்
பழைய சமணன்
நான்
புதிய பௌத்தன்

இந்திய வரலாறென்பது
என்னை எனக்கெதிராகவும்
காந்தியை அவருக்கு எதிராகவும்
திருப்பியதுதான்

யோசித்துப் பார்க்கையில்
பணம்
எங்களை விற்றுக்கொண்டிருக்கிறது

சந்தையில்
சாதியும்
அரசியலில்
நாங்களும்
விற்கப்படுபவது இப்படித்தான்

## XX

அம்பேத்கர்
நீங்கள்
துதிக்கை
சுழன்றடிக்கும் யானையாமே

வருத்தப்படுகிறேன்
நண்ப

என்னை
வைத்து
பிட்சையெடுக்கிறார்கள்

ராமசாமியறிதல்

## I

உனக்குத் தெரியுமா
நீ பிறக்கும்போதே
கிழவனென்று

என்ன செய்வது

வயதில்
மூத்தவன்
செருப்பால் அடித்தால்

தத்துவமென்கிறது
தமிழ்நாடு

## II

கோயிலுக்குள்
நுழையும்போது
என்ன நினைத்தாய்
ராமசாமி

எனது ஊதாரித்தனங்கள்
ஒளிந்துகொள்ள
ஏற்ற இடம்
இதுவென்பதை

## III

கடவுளைப் பற்றி
நீங்கள்
நினைப்பதென்ன
இராமசாமி

வெங்காயத்தை
உரித்துப் பார்த்தால்
புழு
முகத்தைக் காட்டுகிறது

வேறென்ன சொல்வேன்

## IV

கைத்தடி
எதற்கு இராமசாமி

கடவுளை
சாத்தும்போது
வசமாகச் சாத்த வேண்டும்

## V

பார்ப்பனியர்களை
வெறுக்க வேறெதும்
சொந்தக் காரணங்கள் உண்டா

என் சொந்தங்கள்
கருத்த உடலோடு
தள்ளி நிற்பதுதான்

## VI

உங்களை
பெரியாரென்று
பெண்கள்
அழைக்கும்போது

என்ன நினைத்தீர்கள்
இராமசாமி

எனக்கு
பெரிய கருப்பை
இருக்கிறதென்று

## VII

ஆளும் வர்க்கமென்றால்
என்ன பெரியாரே

எனது
வர்க்கம் காறி உமிழும்
குப்பைத் தொட்டி

## VIII

இதிகாச நாயகனை
வெறுக்க காரணம்
என்ன பெரியாரே

என்ன செய்வது
கடவுளானாலும்
பெண்ணை காலில் போட்டு மிதிக்கிறான்

சந்தேகம் வரும்பொழுது
மனிதன்
கடவுளாகிறான்

வெறுக்கிறேன்
அவ்வளவே

# IX

காந்தி குறித்து
நீங்கள் சொன்னதில்
இக்கணம்
மாற்றுக் கருத்தேதேனும்
இருக்கிறதா

காந்தி
மனிதனின் பெயர்

மகாத்மா
சைத்தானின் பெயர்

அவ்வளவுதான்
சின்னப்பையா

## X

சுதந்திரமென்றால்
என்ன பெரியாரே

இந்தியருக்கு
இந்தியரை
அடிமையாக்கி வைத்திருப்பது

உன் சொந்தக்கரத்தால்
உன் கழுத்தை
நீயே நெறித்துக்கொள்வது

## XI

மாட்டுக்கறி பிடிக்குமா
பெரியாரே

மனிதக் கறி உண்டவனை
கடவுளென்கிறது
புராணம்

## XII

அன்பென்றால்
என்ன

உரிக்க உரிக்க வரும்
சிறிய வெங்காயம்

செய்வதை
பேச்சில்
சொல்லச் சொன்னால்

எனக்கு
இப்படித்தான் பதில் வரும்

## XIII

தேசியமென்பதென்ன
பெரியவரே

குப்பைத் தொட்டி

நாற்றம்
விழுந்து பிடுங்கும்போது
வெறிநாய்க்கடி

## XIV

கருப்பென்றால்
என்ன

வெள்ளை முகத்தில்
காறி உமிழும்
எச்சில்

# XV

பிள்ளையார் சதுர்த்தியென்றால்
என்ன பெரியாரே

யானையை
பிச்சையெடுக்க விட்டு

சிலையை
வழிபடுவதுதான்

## XVI

கடவுள் மேல்
இத்தனை வெறுப்பு

ஏன்
இராமசாமி

மனிதனை கடவுள்
மதிக்காமல் போனதுதான்

## XVII

குழந்தாய் வசுமித்ர
நீ
கடவுளைப் பார்த்திருக்கிறாயா

இல்லை
நான் இராமசாமியைப் படித்திருக்கிறேன்

அவன்
என்ன சொல்லியிருக்கிறான்

ஓங்கி
உதைக்க

என்ன
செய்யப் போகிறாய்

உதைக்கப்போகிறேன்
தந்தையே

# மார்க்ஸை உணர்தல்

# I

மூலதனம்
என்றால் என்ன மார்க்ஸ்

முதலாளிகளின்
இரும்புப்பெட்டி

*சாவி?*

உடை
என் தோழனே.

## II

*புரட்சி*
*என்றால் என்ன*
*மார்க்ஸ்?*

உன்மொழியில்
பல்லுயிர் ஓம்புதல்
தமிழனே

## III

லண்டனுக்கும்
ஜெர்மனுக்கும்
எவ்வளவு தூரம்

அதிகாரத்தின் மூச்சிறைப்பும்
எனது பசியின் தூரமும்

என்ன செய்வது
அதிகாரம் பேசுவது
பணத்தாலான
நாவால்

## IV

நாடு
கடத்தப்படும்பொழுது
என்ன நினைத்தாய்
மார்க்ஸ்?

பசித்த வயிற்றை
நாடுகடத்துவதென்பது

காட்டைப்
பற்ற வைத்தல்

**V**

*ஜென்னி*
*என்றால்*

*யார்*
*மார்க்ஸ்?*

*எனது*
*பெண்பால்*

*சிறுவனே*

## VI

பசியால்
அழும் குழந்தைகளை
எப்படி
சமாதானப்படுத்தினாய்
மார்க்ஸ்

என்ன செய்வது

சாவுக்கு
தாலாட்டின் மொழி
தெரியவில்லையே

ஜென்னிதான்
என்னைத் தேற்றினாள்

அழும் குழந்தையின்
தாடியை
வருடத்தெரிந்தவள்
அவள்

## VII

மார்க்ஸ்

எங்கெல்ஸ் என்பவன்
யார்

எனது
நிழலும்
நிஜமும்

உனக்குத் தெரியுமா
வசுமித்ர
நட்பென்பது
விட்டுக்கொடுத்தல்
அல்ல

தொழிலாளர்களை
விட்டுக்கொடுக்காதிருத்தல்

என்
சாவைத் தள்ளிப்போட்ட
சாத்தான் அவன்

## VIII

மார்க்ஸ்
ஹெலன்டெமுத்
யார்

ஜென்னியின்
நிழல்

எனது
குற்றவுணர்ச்சி

ஏன் மார்க்ஸ்

என்னை
நான்
ஏமாற்றும்போது

அழுவதில்லை
வசுமித்ர

## IX

முதலாளிகளை
கொல்ல நினைக்கிறீர்களா
மார்க்ஸ்

யார் சொன்னது

முதலாளிகளை
மனிதர்களாக
மாற்றுவதல்லவா
புரட்சி

மனிதர்கள்
பண்டங்களல்ல
தோழனே

வாங்கி விற்க

## X

பணமென்றால்
என்ன
மார்க்ஸ்?

உழைப்பை
விற்க
உடலை வீசியபடி
சந்தைக்கு வரும்
பாட்டாளி

உழைப்பென்றால்?

உடலை
வாடகைக்குவிடுதல்

# XI

திருவாளர்
மார்க்ஸ்
என்ன
செய்துகொண்டிருக்கிறீர்கள்

ஆளும் வர்க்கத்தின்
தூக்கத்தை
கெடுத்துக்கொண்டிருக்கிறேன்

# XII

மூலதனத்திற்கு
நீ
முதலில்
வைத்த பெயரென்ன
*கார்ல் மார்க்ஸ்?*

ஜென்னியின்
*கண்ணீரா?*

இல்லை
என் தோழனே

உழைப்பின்
குருதி

## XIII

காதலை
என்னவென்பாய்
மார்க்ஸ்

மூளையின் கண்ணீர்
என்பேன்
சகா

## XIV

மா
நீ
ஏன்
இன்னும் சாகவில்லை

பசி
உயிரோடிருக்கிறது
தோழனே

## XV

முதலாளிக்கு
வியர்க்குமா
மார்க்ஸ்

ஆமென்
தோழனே

பயத்தில்

## XVI

துயரத்தை
மொழிபெயர்க்க
நீ
வைத்திருக்கும் வார்த்தை என்ன
மார்க்ஸ்

தன்னை
விற்கும்பொழுது
தற்கொலை செய்யாதா
புரட்சி செய்
என்பதே

## XVII

அந்நியமாதல்
என்றால் என்ன மார்க்ஸ்

உன்னுடலை
நீ
வாடகைக்கு விடுகையில்
கசியும் வியர்வைதான்

உன்னை
நீ யாரோவென
பார்க்க வைக்கும் உழைப்பை
மென்று துப்புவதுதான்

# இடம் - பொருள் - ஏவல்

# I

இடமற்ற
வீடற்ற
மறைப்பதற்குக் குடிசையும் அற்றவனின்
காமம்

கேலிக்கூத்து
வித்தை

இறைவனை
காயடித்து
இறைவியை
புணரமுடியாது

ஒளிந்துகொள்ள வேண்டுமென்று
காமத்துக்கு எவர் கற்பித்துக்கொடுத்தது

குறியை
மறைக்கத்தான்
இருளா

எல்லோரும்
பார்க்கப் புணர்வதில்
என்ன நடந்துவிடப்போகிறது

இந்த
வீடற்றவனின்
காமம்
வெளியைத்தான்
புணர்ந்து கொண்டிருக்கிறது

அடைக்கப்பட்ட
கருவறைக்குள்
ஆயிரம் விளக்கொளியில்
நீ
தரிசிப்பது
எங்களது
புணர்ச்சியைத்தான்

கடவுளுக்கு
கோயில்
எனக்கு முச்சந்தி

2

வேசியென்றழைப்பதில்
ஆணின்
பத்தினித்தனம்
குறியில்
பல்லிளிக்கிறது

காதலன்
சகோதரன்
தந்தை
தமயனென
எல்லோர் வயதுக்கும்
என் குறி அர்ப்பனம்

வெறுமனே
பணத்தையும்
புணரமுடியாது
பிணத்தையும் புணரமுடியாது

என்னை பிணமாக்கி கிடத்தும்பொழுது
என் மேல் கவிவதை
குறியென்றா
அழைப்பேன்

கொஞ்சம்
சங்கடமாகத்தான் இருக்கிறது

யோனி விற்ற காசில்
நாறுவதென்ன
காமமா
இல்லையன்பர்களே
எனது பசிதான்

ஈசனின்
திருவோட்டைப் பாருங்கள்
எனது
யோனியைப் போலவே
இருக்கிறது

பிச்சையிடுங்கள்
மஹராஜ்

பிச்சையிடுங்கள்

3

எனது யோனியை
நிலமென்றேன்

உழுது பயரிட்டவர்களே
அறுவடையென்பது
என்ன

சொல்ல மறந்துவிட்டேன்
முலையைப் பிசைகையில்
தசையென அறிவீர்களா

பொருட்பெண்டிர்
பொய்மை முயக்கம்

வள்ளுவன்
இக்கணம்
வெறும் ஆண்

கடிவாய் ஆணின்
கடைவாயில்
வழிவது
பொருளா குருதியா

கண்டறிந்து
சொல்லேன்
தொல்காப்பியா

ள்
விகுதி
சாகுமட்டுக்கும்

ர்
விகுதி

நீண்டவுன்
குறிக்கில்லையா

4

கடலுக்கு
பைத்தியம் பிடிக்கிறது
மழைக்கு
வெறி பிடித்திருக்கிறது

மனிதனுக்கு
எல்லாம் பீடித்திருக்கிறது

5

திருநங்கையை
புணர்வது
தெய்வத்தை
புணர்வதுதான்

கடவுளுக்கு கருப்பை
கிடையாது

இருந்தாலும்
யோனிவழி
பிறப்பேது

என்னை
கைதட்ட வைத்து
இறைவனெடுக்கும்
பிச்சைக்கு

என்ன பெயர்
சூட்டுவேன்
யான்

6

என்னை
வேசியென்றழையுங்கள்

நான்
என்னை
கடவுளாக
அறிமுகப்படுத்தினேன்

கடவுளைப் புணர்வதென்பது
கந்தக ருசி

7

என்
இடது கையில்
பசி

வலது கையில்
கொலைவாள்

என்ன
செய்யவேண்டுமென்பதை
இதயத்திடம்
கேட்கவேண்டும்

8

எனது
முலையில்
சுரக்காத
பாலுக்கும்
பீச்சியடிக்காத
விந்துக்கும்
பெயர்
திருநம்பி

நம்புங்கள்
இடக்கரடக்கல்
என்பது
என் பெயரல்ல

இயற்கையின்
இருபாலுணர்ச்சி

திருநம்பி
திருநங்கை

எனது பெயரை
உச்சரிக்கும்
உதட்டில்
இருப்பது

குறியா
அகலா

அர்த்தநாரியென்பதும்
அரவானென்பதும்
இதிகாசத் துயரம்

துக்கத்தை
தொழுது முடித்துத் திரும்புகையில்
என் பேர்
இயற்கை

9

ஜென்னியின்
கண்ணீரை
உறிஞ்சியபோது

என்
தகப்பன் மார்க்ஸ்க்கு
தெரிந்ததெல்லாம்
பசித்த வயிறுகள்தான்

என்
தகப்பனே

இன்னுமேன்
என்னை
கைவிடாதிருக்கிறீர்

10

அரசென்பதென்ன

ஆண்
குறிதான்

11

அதிகாரத்தை
நக்கு

நாவு நீளமென்றால்
நீ
என்ன செய்வாய்

அறிவாயா

குருதி நிறம்
சிவப்பு
கொந்தளிக்க வேண்டியது
உனக்காக மட்டுமல்ல
தோழா

மக்களுக்காக
நீ மக்களின்
தசை
குருதி

மூத்திரத்தை
புழுத்தி அடிக்கையில்
அரசு கவிழ வேண்டும்

பசித்த வாயால்
மக்கள்
வெடிகுண்டுகளை விதைக்கும் போது
சமாதானம் சொல்லாதே

அதிகாரமென்பது
ஊத்தைச் சொல்
உண்மையால்
பற்துலக்கு

ஏனெனில்
நீ
கம்யூனிஸ்ட்

# கருப்பு

1

மைக்கேல்
மைக்கேல்....

நீ யார்

நான்
கருப்பன்

அமெரிக்கரின்
கால்களுக்கு
தேவதூதன்

முத்தம்
தரட்டுமா
ஜாக்சன்

நல்லது
தென்னிந்தியனே
உன்னுடல்
கருப்பு

அமெரிக்கர்களுக்கு
பேயென்பது
வெளுத்த நிறம்

என்னுடல்
அபாய ஒலி
கால்களோ
சாத்தானுடையது

கவனி
நடனமாடு

நானுன்
கருப்பன்

2

பாப்
என்ன செய்துகொண்டிருக்கிறாய்

அமெரிக்க
எருமைகளை
மேய்த்துக்கொண்டிருக்கிறேன்

ஜார்ஜ் புஷ்
என்ன செய்துகொண்டிருக்கிறார்

டிரம்பின்
உதட்டில்
முத்தம் கொடுத்தபடி
மக்களின்
முகத்தில்
மூத்திரம் பெய்கிறார்

எருமைவீரர்கள்
சல்யூட் வைக்கின்றனர்

கஞ்சாவைக் கசக்கி
இரட்டைக் கோபுரத்தின் மீது ஊதுகிறேன்
புகைகிறது

3

பாபி
மெக்பெரின்
கவலைப்படாதேயென
நீ சொன்னது
யாருக்கு

அமெரிக்கச் சாத்தான்களுக்கு

உண்மையைச் சொல்
உன்
கவலைப்படாதே
வார்த்தையில்
ஒளித்து வைத்திருப்பதென்ன

வேறென்ன
கவலைதருகிறவர்களின்
முகத்தில்
கவலையுடையவர்களின்
வெடிகுண்டை

4

டேஞ்சரஸ்
டேஞ்சரஸ்

அமெரிக்காவை
அழுத்தி
இசையால் புணரும்
ஜாக்சனின்
சாக்ஸ்கள்
வெள்ளை நிறமுடையவை

சொல்
மைக்கேல்
நானென்ன
செய்ய வேண்டும்

நடனமாடு

அமெரிக்கரின் கொழுத்த
உடல்களுக்கு
நீ
செய்யும்
அவமானம் அதுதான்

5

அவர்கள்
எங்களைப் பற்றிக் கவலைப்படவில்லை

சொல்
ஜாக்சன்

கால்களென்பது
வெடிகுண்டு
சகோதரனே

விதைத்தபொழுது
என்ன நினைத்தாய்
மைக்கேல்

என்ன சொல்வேன்
நண்பனே
நான்
என்பது அவர்களின்
நடனமாடும்
யேசு

6

ஜாக்சன்
உனது
அதிரும்
ட்ரம்களுக்கு
என்னபெயர்

உன்மொழியில்
துடித்தெழும்
பறையென்
உதிரமே

அடித்தெழுப்பு
உன்
கருப்பு நிறத்தை

உதிரத்தை
பிறருக்காக
சிந்தும்பொழுது

எனது
வயலின்
உயர்த்தெழுந்து
அடங்கும்

7

அதிரும்
கிடாரில்
நீ
ஒளித்து வைத்ததென்ன
மைக்கேல்

என்
சனங்களின்
ஊமையழுகை

என்னை
யேசுவாக்க
நான்
சிலுவையை
தேர்ந்தெடுக்கவில்லை

என்னிடம் இருப்பதெல்லாம்
கால்கள்தான்

துடிக்கும்
அழுகையுடன்
துயரை
அறிமுகப்படுத்தினேன்

அவ்வளவே

8

என்ன
செய்துகொண்டிருக்கிறாய்
மைக்கேல்

சொர்க்கத்தில்
அவர்களது
வெள்ளை நிற
கடவுளுக்கு
கருப்பனின்
நடனத்தைக் கற்றுத்தந்துகொண்டிருக்கிறேன்

என்ன சொல்கிறார்
கர்த்தர்

கொஞ்சம்
சிரமமாயிருக்கிறதென்கிறார்

நல்லது
ஜாக்சன்
கற்றுக்கொடுக்கும்பொழுது
கொஞ்சம்
அழவும் கற்றுக்கொடு

9

ஜாக்சன்
உனது
மகிழ்ச்சியென்ன

எனது
கால்களை வெட்ட
அமெரிக்கர்களுக்கு
சக்தியில்லையென்பதுதான்

உனக்குத் தெரியும்
நண்பனே
முகமது அலி
அவர்களது முகத்தில்
குத்தியதால்

அவர்களின் கண்களுக்கு
கருப்பென்பது
கலங்கிய
நிறம்

10

சொல்
முகமது

மால்கம்
X
என்பது
யார்

நபியின்
கோப வடிவம்

சுட்டுக்கொல்லும்போது
அவனின் முகத்தில்
இயேசுவின்
புன்னகை

11

வெள்ளையனின்
முகத்தில்
முஷ்டி
இறங்கும் பொழுது

நீ
நினைத்ததென்ன
முகமது அலி

குருதி
ஒரே நிறமென்று
சொல்வதற்குத்தான்

உன்
புன்னகை
யாருடையது

உண்ண
உணவில்லாது
தவிக்கும்
கருப்பனின் முகமது

12

சொல்
சாப்ளின்
நீ
வெட்கம் கெட்ட கம்யூனிஸ்டாமே

ஆமென்
சகா

அவர்கள்
மனிதனை
முதலாளியெனும் போது
நான்
இதைத்தான்
சொல்ல வேண்டியிருந்தது

என்ன செய்வது
கம்யூனிஸ்டென்பது

அமெரிக்கர்களுக்கு
வசைச் சொல்

14

எர்னெஸ்தோ
உனது
புனைப்பெயர்
என்ன

அமெரிக்கர்களின்
பூச்சாண்டி

15

அமெரிக்கர்கள்
என்ன செய்தார்கள்
கருப்பனே

இரட்டைக்கோபுரம்
எழுப்பினார்கள்
இயேசுவை
வன்புணர்ச்சி செய்தார்கள்

என்னை
அடிமையாக்கும்பொழுது

அவர்களது
டாலர்
என் கழுத்தில்
இரும்பாய் மின்னியது

16

வெள்ளை நிறக் கண்ணில்
கருப்புப் பாவை

அமெரிக்கர்களுக்கு
நிறக்குருடு

சாத்தானுக்கிருப்பது
வெள்ளை விழிகள்

பேய்ப்படங்களை
உற்றுப்பாருங்கள்

குருதிகுடிக்கும்
ஜோம்பிக்கு
கண்கள்
பனி நிறம்

17

மைக்கேல்
உனது
அதிரும்
ட்ரம்ஸ்களுக்கு
என்ன பெயர்

துடிக்கும்
கருப்புநிற அழுகை

கொந்தளிக்கும்
இரத்தச் சிவப்பு

என்ன
செய்வாய்
மைக்கேல்

நிலத்தை
ஊன்றிநிற்கும்
என் கால்களுக்குச் சொல்லித்தருவேன்

கருப்புக்குருதியென்பது
ஈவிரக்கமற்ற
ஆயுதமென்பதை

18

மைக்கேல்
அமெரிக்காவின்
மறுபெயர்
என்ன

துடைத்தகற்றமுடியா
கருப்புநிறக் கண்ணீர்

நடனமாடும்பொழுது
என்னமுகையை
கால்களில்
மொழிபெயர்த்தேன்

அவ்வளவே
நான் செய்தது

19

மைக்கேல்
நிர்வணமாகயிருந்தபோது
என்ன
நினைத்தாய்

கருப்பின
அடிமைகளின்
கண்ணீரை

வெள்ளைமாளிகையின்
சுண்ணாம்பு
வீச்சத்தை

20

மைக்கேல்
மைக்கேல்

ஏன்
நின்
கருப்பு நிற வைர முகத்துக்கு
வெள்ளையடித்தாய்

கண்ணீரின்
நிறமென்ன
கண்டுபிடிக்கத்தான்
நண்பனே

370, 35A

1

ஆப்பிளை
பிளக்கிறேன்

குருதி வாசம்

கஷ்மீர்
என்பதென்ன
கைவிடப்பட்ட கண்ணீர்

இதிகாச
ராமனின் உடலில் ஓடுவது
குளிர்ந்த குருதி

2

எனது
ஆப்பிள்
இரத்தச் சிவப்பு

உறிஞ்சும்
இதழுக்கு
காவி நிறம்

3

ஆப்பிள்
கன்னத்துக்கு உதாரணம் காட்டப்படுகிறது

துரதிருஷ்டம் பீடித்தோரே

கடைவாய்
வலிக்க
நீங்கள்
கவ்வுவது

எங்கள்
இதயம்தான்

4

கஷ்மீரின்
குளிரை
நீங்கள்
உணர
பிணமாக வேண்டும்

மக்களென்பது
அங்கு
வரிசையில் கிடக்கும் பிணம்

5

எனது
தேசம்
கஷ்மீர்

கண்ணீர்
குருதி
வலி
துரோகம்

நிராதரவற்ற
முத்தத்தை
நீங்களென்
நெற்றியில்
இடும்போது

என் விழிகளில் கசிவது
சகிப்புத்தன்மை

6

பச்சை
ஆப்பிளை
உரிக்கத் துடிக்கும்
காவியிதழுக்கு

மிருகத்தின்
பற்கள்
என்
தேசத்தைப் புணர்ந்து

நீங்கள்
பீச்சியடிக்கும் இந்திரியத்தில்
இராமன்
மணக்கிறான்

சீதை
இராவணனை நினைக்கிறாள்

ஆமென்
அவ்வளவே

7

அரசு
ஒரு கழுதை எனச் சொன்னவன்
தத்துவஞானி

காகிதங்களை
உண்ணக்கொடுப்பவன்
அரசியல்வாதி

என்
பிணத்தில்
மணக்கும் ஆப்பிளுக்கு

என் அன்னையின்
வியர்வையென்று
அர்த்தம்

8

கஷ்மீரை
அழுத்தி
உச்சரிக்க வேண்டாம்

எங்கள்
ஆப்பிளை
இதுவரை கண்ணீரோடு
எவரும்
கடித்ததில்லை

9

ஆப்பிள்
குருதி நிறம்
கண்ணீருக்கு
கந்தக ருசி

போர்வை
போர்த்திய
உடல்களை
பிணங்களின் வரிசையில்
இணைத்தது

எங்கள்
அதிபர்தான்

10

தற்கொலை
செய்யும்முன்

இராமன்
ஆப்பிளை
உண்டிருந்தால்

ருசிமிகுந்த
வாழ்வை
வழங்கியிருப்போம்

11

ஆப்பிள்

காவி
நிறத்தில்
விளையாது

12

ஆதாம்
உண்டது
ஆப்பிள்

அவ்வளவே

எங்கள்
அதிபருக்கு
பிடிக்காமல்
போக

வேறென்ன காரணம்
வேண்டும்

13

உலகெங்கும்
ஆப்பிள்
காதலின்
தசை

இந்தியாவில்
பிணநாற்றம்

14

ஏவாள்
ஆப்பிளை
அறிவென்றாள்

சாத்தான்
ஆப்பிள்
மரத்தின்
வேர்களை வெட்டுகிறது

15

கண்ணீரென்பது
சற்றேறக்குறைய
ஆப்பிள்
வடிவம்

இக்கணம்
ஆப்பிள்
என்னுடல்

16

ஏ ஃபார்
ஆப்பிள்

எம்
ஃபார்
மரணம்

17

ஆப்பிளை
பிணந்திண்ணிக் கழுகுகள்
உண்ணுவதில்லை

உண்ணும்
மனிதனுக்கு

அதிபரென்று
பெயர்

18

ஆப்பிளை
மோதியுண்ணும்பொழுது

பிணத்தின்
வாசனை

19

இந்தியாவில்
ஆப்பிளாய்
பிறப்பதென்பது
துரோகத்தை
புணர்வதற்குச் சமம்

கஷ்மீரென்பது
எங்களதிபருக்கு
விலை
உயர்ந்த
இடுகாடு

இட்டு
நடுவதெல்லாம்
காவி
விதைகளைத்தான்

20

கர்த்தருக்கும்
அதிபருக்கும்
ஆப்பிளைப் பிடிக்காது

நபிகளாரே
உங்கள்
குல்லாயில்
ஒளித்து வைத்திருப்பதென்ன

முத்தமெனும்
ஆப்பிளா

21

ஆப்பிளை
தூக்கிலிடவும்
பாபரின்
அடிமடியில்
கைவைப்பதும்தான்
எங்களதிபரின்
இன்றியமையாத
பொழுது போக்கு

சோற்றுக்கு
குடிகள்
கையேந்தும்போது
பிச்சையெடுக்கச் சொல்லுவது
அதிபரின்
அன்பான வாய்

கலாச்சாரமென்பதென்ன
குறியைப் பொத்திக் கொண்டு
வயிற்றில்
அடித்து அழுவதுதான்

22

தமிழ்நாட்டு
சித்தனுக்கு
இராமசாமியென்று
பெயர்

இருந்திருந்தால்
அதிபரின்
மூக்கைப் பொத்தும் வாசகத்தை
உரக்கச் சொல்லியிருப்பான்

வெங்காயத்துக்கும்
ஆப்பிளுக்கும்
கிழவனுக்கு
வித்தியாசம் தெரியும்

23

அழுகிய
ஆப்பிளுக்கு
இந்திய
இறையாண்மையென்று
பெயர்

உச்சரிக்கும்போது
பிணவாடை
நாசியைத் தாக்கும்

24

ஆப்பிளை
பிண்டமாய்
படைக்கையில்

கொத்தியுண்ணும்
இராமனுக்கு
என்ன
பெயர்

சரயு
நதியில்
தற்கொலை
செய்துகொண்டவன்தான்
எங்கள்
இதிகாச நாயகன்

வேறென்ன சொல்ல
தற்கொலையென்பது
கடவுளின் அம்சம்

கூசாமல்
செத்தொழிக

25

இயேசுவும்
நபியும்
இராமனும்

ஆப்பிள்
உண்டதாக
எங்கேனும்
குறிப்புகளுண்டா

ஆப்பிள்
சாத்தானின் அம்சம்
மனிதர்களுக்கோ
அன்பின் கனி

26

கஷ்மீரின்
தசை
கண்ணீர்
குருதி
இயலாமை
அனைத்தும்
ஆப்பிள்தான்

உண்டுமுடித்தோர்
விதையை
காறியுமிழ்க

அதிபருக்கு
இருப்பது
ஒரு முகம்தான்

27

ஷாஜகான்
மும்தாஜுக்கு
எத்தனை
ஆப்பிள் வழங்கியிருப்பாய்

துயரம்

காதலிக்கத்தெரியாத
அதிபரின் கீழ்
வாழ்வது

எத்தனை
துயரம்

# பன்றிகளின் தொழுவம்

1

மக்கள்
அலைவார்கள்
தவிப்பார்கள்
திணறுவார்கள்
கூச்சலிடுவார்கள்

கலைந்தும்
போவார்கள்

அரசாங்கத்தைப் பாடையிலேற்றும்
இறுதி ஊர்வலத்தில்
மக்கள்
கனத்த அமைதியுடன் இருப்பார்கள்

மக்கள்
என்றால்
யார்

இக்கணம்
முதலாளிகள்
கூலிகள் என்றழைப்பார்கள்

அரசியல்வாதிகள்
வாக்குச்சீட்டென்பார்கள்

கம்யூனிஸ்டுகளின்
அகராதியிலோ
மக்களுக்கு
ஆளும் வர்க்கத்தின் சுடுகாடென்று
போட்டிருக்கிறது

2

அடிமையென்பதற்கு
அர்த்தம்
ஆளும்வர்க்கத்தை
கொலை செய்யாமலிருப்பதுதான்

மனிதனை
கூலியாக்கும்
முதலாளிக்கு

அரசியல்வாதிகள்
முத்தமிடும்பொழுது

ஆபாசமாய்
இருக்கிறது

3

பாரதச் சுடுகாட்டுக்கு
வெட்டியானாக இருப்பது

தற்கொலை
செய்து கொண்ட
இதிகாச இராமனே

சீதையே
மண்ணுக்குள் இருந்துகொண்டு

காறி உமிழும்போது
என்ன நினைப்பாய்

4

அரசு
எனக்கு
புழுத்திக் காட்டுகிறது

அம்பானிக்கும்
டாட்டாவுக்கும்
குனிந்து கொடுக்கிறது

ஆபாசத்தை
இப்படிச் சொல்கையில்
அரசு
என்னைக் கைது செய்கிறது

ஆள்வோரின்
குதங்களுக்கு
முதலாளிகள்
தடவும்
எண்ணெய்க்குப் பெயர்தான் முதலாளித்துவம்

8

இந்திய
முதலாளிக்கு
சாதியில்லை

இருப்பதெல்லாம்
பணத்தால்
ஆன
குறி

வாயைத்திறக்காதே
அடிமையே

என்னால்
எழுத முடியாத
சொற்களைக் கொண்டு
எச்சிலை
உமிழ்கிறேன்

9

பாராளுமன்றத்தில்
படுத்திருக்கும் பிணங்களுக்கு

வியர்க்காது
உறைக்காது

தேர்ந்தெடுத்த
உன் சுட்டுவிரலை
பொசுக்கி உண்ண
நான்
ஆலோசனை கூறுகிறேன்

செய்வீர்களா

10

மார்க்ஸ்
என்னை
மன்னித்துவிடு

இந்திய
கம்யூனிஸ்டுகளை

நான்
உன் பெயரில்தான்
சபிக்கிறேன்

11

அன்பே
இந்தியா

உன்னை
வன்புணர

எனக்கிருப்பது
பிச்சைத்தட்டுதான்

12

தேசியக் கொடியில்
ஏறும்
காவிநிறத்துக்கு

காலம் சென்ற
குருதியென்று பெயர்

வெள்ளையும்
பச்சையும்
முணகுவது கேட்கிறது

நடுவிலிருக்கும்
சக்கரத்தில்
உருண்டோடுவது

புத்தனின் புன்னகைதானா

13

வசுமித்ர

நின்
மூத்திரத்துக்கு
காசு கேட்கும்
இவ்வரசைக் குறித்து

நீ
சொல்வதென்ன

நான்
கவிஞன்
துரோகி

முதலாளிகளின்
மூத்திரம்
அருமருந்து

அடிமைகள்
தூக்கியடிக்கும்போது
மரணத்தின்
வாசனை

14

டையனோசர்
தெரியுமா

அது இந்தியாவில்
இன்றும்
வாழ்கிறது

அதன் மொழி
சமஸ்கிருதம்

அதிபர்
அதை
உச்சரிக்கும் போது
எங்களுக்கு
புல்லரிக்கும்

15

உங்களுக்கு
மார்க்ஸைத் தெரியுமா

உலகமுதலாளிகள்
அவனுக்கு
இட்ட பெயர்
சாத்தான்

உள்ளூர்வாசிகள்
இட்ட பெயர்
என்னவெனக் கேட்கிறீர்களா

ஆம்
கைவிடப்பட்ட
வெடிகுண்டு

திரியை
நசுக்கிக் கொளுத்து தோழனே

16

அதிபரைச் சந்திக்க
எனக்கிடப்பட்ட
கட்டளை

குருதி
காவிநிறத்தில்
பாய வேண்டும்

எனது வேண்டுகோள்
இந்திரியத்தின்
நிறமென்ன

17

அமெரிக்க
ட்ரம்ப்

உனது தொழில் என்ன

உங்களது
அதிபர்
எனக்கு
மாமா

முத்தம்
கொடுக்கும் போது
சில்லறை
வேண்டும் எனக்கு

18

எனது
பெயர்
வசுமித்ர

என்ன
செய்கிறாய்

ஆளும்
வர்க்கத்தின் குதத்தை
நோக்கிச் செலுத்த
அடிமைக்கு
ஆப்பைச் செய்து கொடுப்பதுதான்

உனது
கனவென்ன

என்னை
நான்
வெடிகுண்டாக மாற்றுவதுதான்

உனது அப்பனின்
பெயர் என்ன
ராமசாமி

ராமசாமி யார்
மார்க்சின் புதல்வன்

மார்க்ஸ்
யார்

உங்கப்பனை

அடையாளம் காட்டிக்கொடுத்த
என்னப்பன்

குழப்பாதே
கவிஞனே

முதலாளிக்குப் பிறந்த
சிறு முதலாளியே

எனது
தகப்பனும்
பாட்டனும்
என் கைவசம் ஒப்படைத்தது
கருணையில்லாத
கோடரி

கருணையென்றால்
என்னவெனக் கேட்காதே

அது
ஆளும் வர்க்கத்தின்
சமாதி

19

கஷ்மீர் அடிமையும்
இந்திய
அடிமையும்
முத்தம் கொடுக்கின்றனர்

முதலாளிகளின்
எச்சில் தொழிற்சாலைக்கு

எங்கள்
அதிபர்தான் முகவர்

20

வசுமித்ர

அடிமைக்கு
நீ முத்தம் கொடுக்கும்பொழுது
என்ன
நினைத்தாய்

அடிமையை
அடிமை
முத்தமிடும் பொழுது

வெடிகுண்டுகளின்
சூத்திரத்தை
சொல்லிக்கொடுப்பேன்

21

வசுமித்ர

நீ
முதலாளிகளின்
நாய்

இருக்கட்டும்

எனக்கு
கடிக்கக் கற்றுக்கொடுத்தது
தொழிலாளி

22

மோதி
சாகும்பொழுது
எனது
காதலி
யோனியில் முத்தம் கொடுப்பேன்

அன்னையின்
திருவாய்
அது

பிறப்பொக்கும்
எல்லா
உயிர்க்கும்

23

இந்தியக் கனவான்களின்
பிச்சைத் தட்டு

பிச்சைக்காரர்களின்
முணகல்
அதிரும்
சப்தத்தை
எழுப்பும் போது

அதிர்கிறது
ஆள்வோரின்
கல்லறை

24

உனது
பெயர்
என்ன

எனது
பெயரைச் சொல்ல
எனக்கு
அனுமதியில்லை

ஆதார்
அட்டையை உற்றுப் பார்
கருத்த
அடிமை

25

காஃபி டே
இறந்த பொழுது

டீ
குடிப்பேன்

இந்திய மூத்திரத்துக்கு
முதலாளிகளின்
கண்ணீரென்று
பெயர்

26

இந்தியா
காவி நிற
கேக்
தோழர்களே

என்ன
செய்துகொண்டிருக்கிறீர்கள்

சகிப்புத்தன்மை
என்பதற்கு
சிவப்பு நிறம்
பொருந்தாது

27

கலாச்சாரத்தை
கூட்டிக்கொடுப்பது

முதலாளிகளின்
வட்டிப்பணம்

28

அரசென்பதென்ன
ஆண்குறிதான்

வசுமித்ர
இது
நீ சொன்னதுதானே

எனது
பிச்சைத் தட்டும்
யோனியின்
அம்சம்

இதைச் சொன்னதும்
வசுமித்ரதான்

29

பிச்சைக்காரனுக்கு
தேசியமென்பது

நெளிந்த
பிச்சைத்தட்டு

30

என்னை
நான் விற்றுப் பிழைக்கத்தான்
இந்நாட்டில்
சுதந்திரமுண்டு

கூட்டிக்கொடுக்க
அதிபருக்கு
உரிமையுண்டு

31

இராமசாமி
ராமனைச் செருப்பால் அடித்தான்
இதுதான்
தமிழக வரலாறு

இதிகாசத்தில்
இராமன்
சீதையைச் சந்தேகப்பட்டான்

இதுதான்
இந்திய வரலாறு

31

கிறிஸ்துவின்
புண்ணைக்காட்டி
பிட்சை
எடுக்காதே

என்றெழுதிய
ஜி.நாகராஜன்
எனக்கு பக்கத்து ஊர்

மார்க்ஸின்
புண்ணைக் காட்டும் பொழுது

இந்தியக் கம்யூனிஸ்ட்கள்
யூதாசாய்
தெரிவதேன்

## 32

வசுமித்ர

நீயேன்
தனியாய் இருக்கிறாய்

இல்லை
மயா

கண்ணீரும்
மார்க்சும்
மக்களும்
கைத்தடிகொண்ட பெருந்தோழனின்
தோளும் இருக்கிறது

எனது
தனிமை
இவர்களின்
அணைப்பாலானது

உனக்குத் தெரியுமா
காந்தியின்
புன்னகையில்
ஒளிந்திருப்பது

எனது
துயரமும் கூட
நம்
துயரமும்தான்

எனது
அழுகைக்குப் பின்னிற்பது
ஆற்றாமையல்ல
மயா

அணுகுண்டின்
கனத்த
அமைதி

33

அதிகாரத்துக்கு
குறியோ
குதமோ
கிடையாது

காறித்துப்ப
முகமுண்டு
என் தோழனே

நீ
என்ன செய்துகொண்டிருக்கிறாய்

கட்சிக் கொடிகள்
சந்தாக் காசில்
பறக்கும் போது

புரட்சி
அம்மணமாகத்தான்
திரியும்

34

கம்யூனிஸ்டகளின்
உண்டியல்களில்
மக்களின்
வெடிகுண்டுகள்
குடியிருந்த காலமுண்டு

இன்றோ
சில்லறைகளின் சத்தம்
தெருவில் கேட்கிறது

மார்க்ஸை
காட்டிக்கொடுத்தது
இந்தியாவில்
உறங்கும்
கம்யூனிஸ்ட்கள்தான்

தூக்கத்தை
கலைக்க

நான்
மார்க்சின்
கல்லறைக்குச் சென்று கொண்டிருக்கிறேன்

35

எனது
இளந்தோழனே
உன் காதலியை
நீ
பெண்ணாய் பார்க்கிறாய்

கற்றுக்கொடுக்கும்
நம் தந்தையோ
நம்மை
முதலாளித்துவ
அடிமையாய் பார்க்கிறான்

சொல்
மகனே

நீ
யார்
காதலனா
கம்யூனிஸ்ட்டா?

## 36

கம்யூனிஸ்ட்களின்
குருதியில்
பச்சை வாடையடிக்கும்

அன்பை
ருசித்துப்பார்

அக்கணம்
உன்
கண்கள் சிவக்கும்

உனக்கும்
எனக்கும்
சேர்த்து
சாகும் தோழனின் குருதி

அன்பென்றால்
சிவப்பு நிறந்தான்
அவ்வளவே

37

கம்யூனிஸ்ட்டை
பார்த்திருக்கிறாயா

கவலைகொள்ளாதே
சகா

உன்
அடிவயிற்றில்
உறங்கும்
பூதத்தின்
யதார்த்தப் பெயர்

அதுதான்

38

கம்யூனிஸ்ட்டுகள்
நல்லவர்கள்

இது
ஆபாசமான வார்த்தை

கம்யூனிஸ்ட்கள்
அயோக்கியர்கள்
முதலாளிகள் இப்படிச் சொல்லும் போது
எனக்கு
எத்தனை மகிழ்ச்சியாய் இருக்கிறது
தெரியுமா

என்னன்பே
மார்க்ஸ்
உனக்கு தனிப்பட்ட எதிரிகளென
எவரும் கிடையாது

தோழர்களை
சம்பாரித்தது
எப்படி

பசியை
உறுப்பாக மாற்றிய
உன் மந்திரத்தாலா

39

இரவின்
பெயர்
வெட்கங்கெட்ட
பசி

வயிற்றைத் தடவாதே

அவ்வளவுதான்
சொல்வேன்

## 40

காதலும்
காமமும்
கம்யூனிசமும்
அவ்வளவுதான்

தோழர்களே
உள்ளங்கை முஷ்டியை
இறுக்கி

முதலாளியின்
முகத்தில் குத்துங்கள்

இரத்தப் பூக்கள் சிதறும்பொழுது
மனிதன்
உயிர்த்தெழுகிறான்

41

ஈ.வெ.ராமசாமிக்கு
நான்
வைத்த
பெயர்
ஈவிரக்கமற்ற ஒழுக்கம்

அரக்கனை
பெயர் சொல்லி
அழைக்கும்போது

அன்பால்
கடவுளைக் கொல்க

42

எனது
மார்க்ஸுக்கு
காதலென்றால்
போராட்டம்

சாவென்றாலும்
போராட்டம்

இந்தியக் கம்யூனிஸ்ட்கள்
சங்கம் வைத்து
வளர்க்கும்போது

பிட்சுகளின்
கூட்டமாய்
இருப்பதேன்

43

மார்க்ஸ்
உனக்கும்
இந்திய மன்மதனுக்கும்
என்னதான் சண்டை

மன்மதன்
கடவுளின்
அடிமையாய் இருக்கக் கூடாது

காதலென்பது
துயரத்திற்கு
செவி கொடுத்தல்

அணைத்திருக்கும்போது
பசியைப் பகிர்தல்

அவ்வளவே

44

இந்தியக் கம்யூனிஸ்ட்களே
அடைவதற்கோர்
பொன்னுலகம் உண்டு

கூட்டணியில்
குரலை
இழக்காதீர்

45

எனக்கும்
கம்யூனிஸ்ட்களுக்கும்
எப்பொழுதும்
சண்டைதான்

வேறு வழியில்லை
எனக்கு

என் பொருட்டு
குருதி சிந்தும்
அவர்களுக்கு

என்
அன்னையின்
முலைகள்

## 46

அம்பேத்கருக்கும்
உனக்கும்
என்னதான்
பிரச்சினை
வசுமித்ர

இல்லை
*மயா*

அம்பேத்கர் கடவுள் அல்ல
கருத்த
உடல்களின்
சிவந்த கண்ணீர்

கண்ணீரை
வைத்து பிட்சையெடுக்கும்
பூசாரிகள்மீதுதான்
எனக்கு கோபம்

ஜெய்பீம்
என்பதென்ன

ஜெய்காளி
என்பதன்
மாற்றுப்பெயர்

அவ்வளவுதான்

47

நான்
கொஞ்சம் சுதந்திரமானவன்

இச்சொல்லைச்
சொல்ல

இந்திய இறையாண்மை
என்னை
பிட்சையெடுக்க வைக்கிறது

48

இந்தியா
இறையாண்மை கொண்ட
தேசம்

காயடிப்பதில்
கவிஞனுக்கு
மகிழ்ச்சி

அவ்வளவே

49

தனித்திரு
பசித்திரு
விழித்திரு

பிட்சையெடுக்கும்போது
குரல்கொடு

50

விவேகாநந்தனே

பசித்தவன்
காலில்
உதைபடும்
கடவுளுக்கு

நீ
வைக்கும் பெயர் என்ன
ஈவிரக்கமற்ற
கொலைவெறியா

51

பிள்ளைக் கறியுண்ட
சிறுதொண்டனுக்கு

மாட்டுக்கறி
ஆகாதோ

சைவமே
கூச்சலிட்டுக் கதறு

நந்தியென்பதென்ன

## 52

எனக்கு
மாதா
என்
மாதாதான்

கோமாதாவை
உண்ணுவது
என்
பசிதான்

வயிற்றுக்கு
பசியை அறைந்து சொல்லும்
உயிருக்கு
இருப்பதெல்லாம்
தீதான்

அக்னி
தேவனை
போற்றுவோம்

அஸ்வமேதத்தில்
குதிரையை அடித்துப் புசி

53

தீ
அனைத்துண்ணி

யாகத்தில்
சொரியும்
அனைத்தும் உண்ணும்
குதிரைக்கு
பூணூல்
கிடையாது

சுராபானமென்பது
சோமபானத்தின்
குருதி

இராவணனே
எலும்பதிர
யாழை
இசை

சீதையின்
செவி
உன் அன்பால்
நிறையட்டும்

## 54

பன்றிக்கறியும்
மாட்டுக்கறியும்
பிடித்த
உணவு

மதத்தின்
பெயரால்
என்னை
பிடித்துண்ணும்

உனக்கு
பெயர்
என்ன

55

காந்தியின்
உண்டியலுக்குப் பெயர்
டாட்டா
பிர்லா

கம்யூனிஸ்ட்களின்
உண்டியல்
தகரமும்
மக்களும்தான்

56

இந்தியாவின்
தேசிய விலங்கு
புலி
அடித்துக்கொல்லுகிறது

அதிபர்
முதலைக் கண்ணீர் வடிக்கிறார்

மூத்திரம் பிரியும்போது
பேசிக்கொண்டிருந்தவனை
பெரியார்
என்கிறேன்
நான்

57

அத்தனை
வலியோடு ஒரு சொல்லை
கூவுகிறான்
ஜெய்ஸ்ரீராம்

இராவண மடியில்
துயிலும்
சீதையை
சிறையெடுக்கச் சென்ற
இராமனோ
இறைஞ்சிக் கொண்டிருக்கிறான்

ஜெய் ராவணா
இறுதியில்
ஸ்ரீராமன்
தற்கொலை செய்துகொண்டான்

வால்மீகி
செய்தது
சம்பவம்

## 58

மார்க்ஸ்
அழும்போது
வாடகையும்
வட்டியும்
லாபமும்
சேர்ந்து சிரிக்கிறது

அவனோ
இரக்கங்கெட்ட தோழன்

எல்லோருக்கும்
சேர்ந்து
அழ
அவனுக்கு

கண்கள் மட்டுந்தான்
சொந்தமாயிருந்தது

59

இந்த
இரவில்
மார்க்ஸ்
சுருட்டை
பற்றவைத்திருக்கக்கூடும்

அவனால்
செய்ய முடிந்ததெல்லாம்
பற்ற
வைப்பதுதான்

## 60

மார்க்ஸ்
உனதொரு முலையில்
வறுமை
வாய் வைக்கும்போது

என்ன நினைத்தாய்

ஜென்னி
முத்தமிடும்போது
அழுதிருப்பாய்

இல்லையா

61

மார்க்ஸ்
எனது
கள்ளக் காதலன்
சொல்ல மறந்துவிட்டேன்

நான்
ஆண்

மார்க்ஸ்
நீங்கள்
நினைக்கும் ஆணல்ல

பசிக்கு
பால்பேதம்
உண்டா என்ன

62

மேரிமாதா
கர்த்தரைக் குறித்து
சொல்வதென்ன

கள்ளப்புணர்ச்சியாளன்

63

இரத்தம்
பிசுபிசுக்கும் முத்தம்

பிலாத்துவின் கைகள்
இயேசுவின் உதடு

மக்தெலனா
மேரி

கர்த்தரின்
உதட்டுக்குக் கருப்பு நிறம்

64

கோமாதாவின்
உடலில்
கடவுள்கள்
குடியிருக்கிறார்கள்

ஆம்
அதை
அதிபர்
சாத்தானின் கண்களால் பார்க்கிறார்

கோமியத்தை
தீர்த்தமென்கிறது அரசகராதி

மக்கள்
மூத்திரமென
கிசுகிசுக்கிறார்கள்

*65*

கிறிஸ்து
கழுதையில் சவாரி செய்தார்

கிருஷ்ணன் குதிரையில்
சவாரி செய்தார்

அதிபர்
எங்கள் மீது

முதலாளிகள்
அதிபரின் மீது

ஜனநாயகமென்பது
முதலாளிகளின்
கழுதை

இந்தியாவில் மட்டும்
கோமாதா

66

இந்தியாவின்
தேசிய விலங்கு
வரிகள் கொண்ட
புலி
அல்ல

பூணூல்
அணிந்த
பசு<u>ஊ</u>

67

இயேசுவை
ருசித்துப் பார்த்தேன்

மக்தலெனாவின்
கண்ணீர்

கர்த்தரின்
உப்புச்சுவை

68

தூரதேசத்திலிருந்து
ஒரு
சிறிய
முனகல்

என் தேசத்தை
எரிக்கும் அளவுக்கு
வெளிச்சம்

கண்ணிவெடி
மண்ணில் புதைகிறது
முளைக்கும்போது
உயிர்
தெறிக்கிறது

உறுப்புகள்
திசைக்கொன்றாய்
பார்க்கின்றன

நிசப்தம்

69

ஆறு நாளும் உழை
முதலாளிகள் சொல்வது

ஒய்வுநாளில்
உழைக்காதே

வரலாறு
சந்தேகமேயில்லாமல் சொல்கிறது

கடவுளை
அடித்துக் கொன்றது
நாம்தான்

70

என்
மரணத்தில்
ஒளிந்திருப்பது
உன் சாதிதான்

தற்கொலையோ
என்
கையில் திணித்தது
உன் கருவியோ

சாவை
இசைக்கும் கருவிக்கு
பறையென்று பெயர்

என்னுடலில் மொய்க்கும்
ஈக்கள்
இதயத்தைச் சுற்றிப் பறப்பதேன்

71

வசுமித்ர
காந்திக்கு
நீ கொடுக்க நினைத்ததென்ன

முத்தம்

கோட்சேவுக்கு
என்ன வைத்திருக்கிறாய்

வேறுவழியில்லை
எனக்கு

உண்மையைச் சொல்ல வேண்டுமென்றால்
கோமாதாவின்
காய்ச்சிய
மூத்திரம்

72

எனக்கு
முன்
இயேசு
கொலை செய்யப்பட்டார்

இவ்வார்த்தைகளை
தேடிப்பார்த்தேன்
குற்றவாளிகளின்
வார்த்தையில்
அவன் தேவகுமாரனாயிருக்கிறான்

கடவுளைக் கொலை செய்வது எப்படி
என்றெனக்குக் கற்றுத்தந்தது
பைபிள்

கொலை செய்யப்பட்டவனோ
எனக்காக
அழுதுகொண்டிருந்தவன்

73

மதங்கள்
மனிதனை
அம்மணமாயிருக்கச் சொல்கிறது

அம்மணமோ
என்னை
மனிதனாக்கிக்கொண்டிருக்கிறது

எல்லா மதங்களும்
என் குறியை
வெறிக்கிறது

நானோ
உள்ளங்கையால்
வாயை
பொத்திக்கொண்டிருக்கிறேன்

74

கிருஷ்ணனின்
காதலை
நபி
கவனித்திருக்கமாட்டார்

இயேசுவின்
காதலை
காளி
உணர்ந்திருக்கமாட்டாள்

மனிதனும்
கடவுளும்
ஒன்று சேரும் புள்ளியில்

இளித்துக்கொண்டிருக்கிறது
ஈவிரக்கம்கெட்ட
காதல்

75

பரத்தை
விலைமாது
பொருட்பெண்டிர்
தேவிடியா
எல்லோரும்
அன்னைதான்

அன்னைக்கிருப்பதுதான்
அவர்களுக்கும்

புணரும்போது
கருப்பை துடிக்கும்

பனிக்குடம் அடைக்கும் போது
பதறாதே
ஆணே

ஆணின்
அருகதை

அவ்வளவுதான்

76

நபியின்
காதலை
பாங்கோசை
உரத்துச் சொல்கிறது

அனாதையாக்கப்பட்டவர்களே

அன்பழைக்கிறது
சற்று
நில்லுங்கள்

77

பொருட்பெண்டிர்
பொய்மை
முயக்கம்

வள்ளுவனே
யார் சொன்னது
எனதிரு தொடைகளில்
பல்
பதிந்திருக்கிறது

மௌனமென்பது
பத்தினியின்
கண்ணீர்

78

மாதவிடாய்
குருதிவிடாய்
உடல்
தசை

விலகு

கடவுளுக்கு
யோனி
கிடையாது

உலோகத்திற்கு
இருப்பதென்னவோ
இறுகிய
பிளவு

கடவுள்
ஆண்பாலா
பெண்பாலா
அதுவா

சிலை செய்யும்
தச்சனே
நீ
பெண்ணாகயிருந்தால்
கடவுளின் குறி எதுவாகயிருக்கும்

நானறிந்து
பெண்
செய்ததில்லை
கடவுள் சிலை

பெற்றுக்கொடுக்கிறாள்
அவ்வளவே

79

கொஞ்சம்
தள்ளிப்படு

கேட்காத
ஆண்செவி உண்டா
இவ்வுலகில்

ஆண்
சொல்வதெனில்
உடலின் பொருட்டு

பெண்
சொல்லும்போது
கண்களைத் தரிசிக்காதே
ஆணே

உள்ளங்கால்ச் சதைக் கிழித்திறங்க
இயேசு
பிதற்றிய சொல்
அதுவென
அறிக

80

சுதந்திரத்தை
வன்புணர

உனக்குக் கிடைத்தது
அன்னையின்
யோனிதானா

ஆணே

தொடைகளுக்கிடையில்
துள்ளும்
வெறியை
குறியெனச் சொல்லாதே

81

காந்தியின்
செத்த
உடலை

பூதவுடலென
அழைக்கும் போது

எனக்கு
பிரதமர் முகம்
நினைவுக்கு வருவதேன்

82

காந்தி
காவியுடை
தரித்து

ஒருநாளும்
கண்டதில்லை

அஹிம்சைக்கு
குருதி நிறம்
ஹிம்சைக்கு
காவி

83

இந்தியா
காந்தியின்
குருதி

பிரதமருக்கோ
அந்தப்புரம்

விழுந்து
பிடுங்குவதை
புணர்ச்சியெனும்போது

நானென்
ஆதார் அட்டையால்
குருதியை இறுகப் பொத்துகிறேன்

84

முதலைக்குஞ்சை
ஆற்றில் விடும்போது

மனிதன் குழந்தையாய் இருக்கிறான்

மனிதர்களை
வேட்டையாடும்பொழுது

பிரதமர்
புன்னகைக்கிறார்

85

எனது
மது சுதந்திரமாய் இருக்கிறது

நானோ
உளறிக்கொண்டிருக்கிறேன்

பிரதமரோ
நிதானமாய் இருக்கிறார்

ஜெய்ஹிந்த்

அடிவயிற்றில்
உரக்கக் கத்தும்போது

எங்கோ
மனிதர்கள்
செத்துவிழுகின்றனர்

86

எனக்கு
பன்றியும்
கோமாதாவும்
ஒன்றுதான்

அவ்வளவுதான்
சொல்வேன்

ஒன்று
ஹராம்
இன்னொன்று
ஜெய்ஹிந்த்

87

பன்றியின்
கோமியம்
பசுவின்
சதை

இந்திய
அரசியலென்பது
துடிக்கும்
தசை

சந்தர்ப்பவாதத்தின்
மறுபெயர்
சகிப்புத்தன்மை

88

எல்லோரும்
வேடிக்கை
பார்க்க
என்னைப் புணர்க

பத்தினித்தனமென்பது
கடவுளின்
புன்னகை
வழிகிறது தீக்குருதி

89

இந்த
இந்தியாவுக்கு

காந்தியின்
கைத்தடியா
ராமசாமியின்
கைத்தடியா

முடிவு
செய்யுங்கள்

இரண்டிலொன்று

சொல்ல மறந்துவிட்டேன்
இருவருமே
கிழவர்கள்

90

இந்தியாவில்
பசு
ஆண்பால்

ஆணாயிருக்கும்
அதிபருக்கு

காம்பில்
சுரப்பது
கடும்
விஷம்

91

இந்தியாவில்
கருணைக்குப் பெயர்
காவி நிறம்

குஜராத்தில்
குருதி நிறம்

ஞாபகத்தில்
இருப்பதெல்லாம்

கருப்பை
கிழித்த
காவிச் சூலம்

92

எங்கள்
குலதெய்வங்கள்
பெண்கள்

பிரதமருக்கோ
ஆண் குறி

அவ்வளவுதான்
சொல்வேன்

93

இந்தியாவின்
தேசிய விலங்கு
புலி

பசுவை
அடித்துப் புசிக்கும்
அரசியல்வாதிகளோ
பசுவை
புலியாக்குகிறார்கள்

அதுவோ
காலகட்டி
கோமியம்
பெய்கிறது

94

இந்த
இந்தியாவில்
அம்பேத்கரை வைத்து
பிழைக்க முடியும்

காந்தியை
வைத்து
பிட்சைகூட எடுக்க முடியாது

ரகுபதி
ராகவ சீத்தாராம்
ஜெய் பீம்

ஓட்டரசியலில்
காந்தியின் இடம்
பொக்கை வாய்

95

இடக்கரடக்கலென்பது
பீயை
நெருப்பென
கரந்தழைத்தல்

பேண்டதை
வெளிக்குப் போனேன்
எனச் சொல்லித் திரிதல்

அள்ளிப்போடுபவர்களை
மனிதர்கள்
என்றழைக்காதிருத்தல்

இந்திய
அரசியலில்
அதிபர்கள்
பேளுவதில்லை

## 96

எனது
குருதிக்கு
இரத்தச் சிவப்பு

உமிழும்
எச்சிலில்
காவி நிறம்

அவ்வளவுதான்
அரசியல்

97

ஜெய்காளி
ஓம்காளி
ஜெய்பீம்

அத்தனையும்
அடையாளம்

பிரதமரின்
அந்தப்புரத்துக்கு
ஆள் சேர்க்கும்போது

என்
பெயர்
இந்தியக் குடிமகன்

98

வசுமித்ர
நீயேன்
தற்கொலை செய்யவில்லை

கொலைகள்
செய்ய வேண்டியிருக்கிறது
மயா

## 99

டிக்டாக்
சீனாவினுடையது

இந்தியர்கள்
புட்டத்தை
அசைக்கும்போது

மாவோ
பசி பற்றிப் பேசிக்கொண்டிருந்தார்

அவருக்குத் தெரியாது

சுதந்திரமென்பது
புட்டத்தை
சுதந்திரமாக
அசைத்தல்

அமெரிக்கா
மணத்தை
சீனா
குசுவாய் விடுகிறது

## 100

இந்தியா
என்பதென்ன
மயா

கைவிடப்பட்ட
பெண்ணின் கண்ணீர்

வன்புணரப்பட்டவளின்
தூமைத்துணி

வசுமித்ர
நீயார்

இறந்தவர்களின் தேவதூதன்

101

இந்திய
மண்ணின்
வீச்சமென்ன
மயா

சாதியின்
வீச்சம்

காந்தியின்
பொக்கை வாயில்
பிடி
மண்ணள்ளிப் போடும்
கரங்கள்
காவி நிறத்திலிருப்பதேன்
மயா

ஆம்
வசுமித்ர

துரோகத்தின் நிறம்
காவி

102

மயா
அம்பேத்கர்
என்பவர்
யார்

நோய்வாய்ப்பட்ட
இந்தியாவின்
முறிமருந்து
வசுமித்ர

103

வசுமித்ர
நடிக்கும்பொழுது
நீ செய்வதென்ன

பசிக்கும்
வயிற்றை
பாந்தமாய்
தடவுவேன்

104

யசோதரையே
தத்துவமென்றால்
என்ன

கைவிடப்பட்ட
புத்தனின்
கண்ணீர்

புத்தன் யார்

கேள்வியை மாற்று
வசுமித்ர

திருவோடென்பது
திறந்திருக்கும்
யோனி

105

பாவிகளை
இரட்சிக்கவே
இயேசு

மக்தலெனா
இயேசுவை
மன்னித்தது
இப்படித்தான்

106

புத்தர்
புனித ஆவிக்கு பிறந்தார்

இயேசு
அவ்விதமே
பிறந்தார்

மனிதர்கள்
தங்களின் குறிகளை

அருவெறுப்பாகப் பார்க்கும்பொழுதுதான்
கடவுள்கள் பிறக்கிறார்கள்

107

மனுவுக்கு
யோனிதான்
பிரச்சினை

சாதியென்பதென்ன
சமஸ்கிருதத்தில்
அயோனி

108

மனுவின்
சாதியென்ன

சந்தேகமில்லாமல்
ஆண்சாதிதான்

பெண்ணென்பவள் யார்

மனுவின்
முகத்தில்
காறியுமிழும்
யோனி

109

நான்கு
வேதங்களும்

பெண்ணின்
யோனியைக் கண்டால்
வாயைப் பொத்துவதேன்

110

இயேசு
இறுதியாகவும்
முதலாகவும்
வாங்கிய
முத்தத்தின் பெயர்
முப்பது வெள்ளிக்காசுகள்

யுதாஸ்
முத்தத்தை
தற்கொலை செய்தான்

மக்தலெனாவின் முத்தம்
காற்றில் கரைகிறது

111

காந்தியின்
முகரையைப் பெயர்த்தேன்
அவரது
பற்கள் சிதறும்பொழுது

வசுமித்ர
யாரெனத் தெரியவில்லை

நேருவின்
கடைவாயை உடைத்தேன்

வசுமித்ர
நீயாரென
கேள்வியில்லை

அம்பேத்கரை
விமர்சிக்கையில்
வசுமித்ரவின்
சாதி
தேடப்படுகிறது

அப்படியெனில்
அம்பேத்கரை
சாதியாக்கி வைத்திருப்பது யார்

சொல்லக் கூச்சமில்லை

சிலையுடைத்தவன்
வெறியன்

சாதியாளாய்

மாற்றியவன்
தமிழகத்தில்
அறிஞன்

அண்ணலின்
கோட்டைத் தேடும்பொழுது
அப்படியே
பௌத்தத்தையும் தேடு

அக்கணம்
அம்பேத்கர்
அணிந்திருந்தது
கோட்டல்ல

உனக்கு
வசதியான
அம்பேத்கர் யாரென எனக்குத் தெரியும்

அம்பேத்கருக்கும்.

112

பசியுள்ளோர்க்கு
உணவிடுக

குறியுள்ளோர்க்கு
யோனி
ஈய்க
வாடிய பயிரைக் கண்டபோதெல்லாம்
வாடியவன்
ஆணல்ல

முற்றும் துறந்த பெண்

113

நடுங்கும்
முலைகளால்
அழுபவளை

வன்புணர்ந்தவனுக்கு
இருப்பதென்ன

கடவுளின்
கற்குறியா

114

மாட்டுக்கறியுண்டால்
இந்துவுக்குப் பிடிக்காது
பன்றிக்கறியுண்டால்
முஸ்லீம்க்கு பிடிக்காது
கிறிஸ்துவுக்கோ
ஊளைச்சதை
எதைத்தின்பது
என்பதில்தான்
இருக்கிறது
இந்திய சகிப்புத்தன்மை

115

எல்லா
மதங்களும்
யோனியை வெறுக்கின்றன
எல்லா
கடவுளையும்
பெண்
தன் யோனியால்
ஈனுகிறாள்
அவ்வளவுதான்

116

சிறுபான்மை
என்பது

அவர்கள்
பெரும்பான்மையாய்
இருக்கும்
நாட்டில்

கம்யூனிஸ்ட்களை
வேட்டையாடுவது
சிவப்பு நிறத்தில்
காறியுமிழ்வது

பெருந்தலைச் சாத்தன்
மார்க்ஸ்க்கோ

போராட்டம்
என்பதே
மகிழ்ச்சி

117

கடவுளை
செருப்பால்
அடித்தவன் பெயர்
ராமசாமி

ராம்
ராம்
ஹே ஹே
ராம் ராம்

அவனை
நான் தகப்பெனென்றழைப்பேன்
அவனது
கருப்பையோ
பெண்களை
ஈண்டுகொண்டிருக்கிறது

குருதிக்கவிச்சியில்
கிழவன்
சொன்னது
ஒன்றுதான்

அடக்க
நினைத்தவன்
கடவுளாய் இருந்தாலும்
செருப்பால் அடி
தங்கமே

118

ஒரே
தேசம்

ஒரே
கழிப்பறை

ஒரே
அதிபர்

119

பணமென்பதென்ன
முதலாளியின்
விந்து

பிறப்பதெல்லாம்
இரத்தக் காட்டேரி

120

உண்ணும்
உணவில்
உன் பெயர் இருக்கிறது

பிட்சையெடுக்கும்போது
முதலாளியின்
பெயர்
இருக்கிறது

ஞானத்தங்கமே

121

இரக்கத்தை
கண்டால்
மிதியுங்கள்

விக்கலெடுக்கும்
கண்ணீரின்
முகத்தில்
செருப்பால் அடியுங்கள்

மனிதன்
என்பவன்
முதலாளி

ஆமென்

122

கைவிடப்பட்ட
வயிற்றுக்கு

பசியென்று
பொருள்

உடலுக்கு
பிணமென்று
அர்த்தம்

அம்மா

1

அன்னையே
பசிக்கிறதென்றேன்

தந்தை
பார்க்கலாம் என்கிறார்

நீயேன்
பதறுகிறாய்

எனக்குத்தான்
மகனே
பனிக்குடம் இருந்தது

2

அம்மா
நன்றியுள்ள மிருகம்
எது

நாய்

நன்றி
கொன்ற மிருகமெது
ஆண்
மகனே

ஆதியிலென்
வேட்டையுணவை சரி பாதி ஈந்தேன்
உடலையும்

கவ்விப்புசித்து
ஓநாயாய்
மாறிவிட்டதின்று

3

அம்மா
சங்ககாலத்தில்
நீ யார்

சமூக அடிமை

இந்தக் காலத்தில்
நீ
யார்

வீட்டடிமை

அந்தக் காலத்தில்
நீ யார்

நானுன்
கடவுளாயிருந்தேன் மகனே

4

அம்மா
ஏவாள்
யார்

அறிவுள்ள பெண்

ஆதாம்
கடவுளின் அடிமை

சாத்தான் என்றால் என்ன அம்மா
குரு மகனே

5

அம்மா
என்னை
ஈன்று தள்ளியபின்
என் குறி
ஆணாயிருந்தது கண்டு
என்ன நினைத்தாய்

இன்னொரு
மகளை நினைத்து
பதறினேன்
செல்லமே

6

தாயாண்மை
என்றால்
என்ன அம்மா

எல்லோருக்கும் ஓர் நிறை
மகனே

தந்தையாண்மை
என்றால்
என்ன அம்மா

பெண்குறியை
வேட்டையாடுதல்
மகனே

7

அம்மா
கடவுள்
குறித்து
நீ சொல்வதென்ன

கேள்
மகனே
எந்தக் கடவுளும்
கருப்பையில்
உதித்ததில்லை

8

அப்பா
அன்னையை
ஏன் வன்புணர்ந்தாய்

வேறு வழியில்லை
மகனே

என்னை
ஆணாக்கித் தந்தது
ஆண் கடவுள்

9

அம்மா
இந்தியக்கடவுள்களுக்கு
பெண்களென்றால்
யார்

அதிபரைக் கேள்

சந்நியாசிகளுக்கு
பெண்ணென்றால்
தசை

10

அம்மா
நீ
கடவுளைப் பார்த்திருக்கிறாயா

இல்லை
மகனே

கடவுளை
ருசித்திருக்கிறாயா

இல்லை
மகனே

அம்மா
இப்பொழுது நான் என்ன கேட்பது

கடவுள்கள்
உன்னை
வன்புணர்ந்தனரா
என
கேள் மகனே

11

அன்னையே
ஆதிகாலத்தில்
நீ
எப்படியிருந்தாய்

அம்மணமாயிருந்தேன்
மகனே

ஆண்
எப்படி இருந்தான்

அம்போடு
காத்திருந்தான் மகனே

12

சங்ககாலமென்றால்
என்ன அம்மா

பத்தினித்தனத்தால்
பரத்தமை
வளர்த்ததுதான் மகனே

பரத்தையென்றால்
என்ன அம்மா

கடவுளை
வைத்திருந்தவள்
என்றர்த்தம்

13

அம்மா
தற்கொலை
செய்வதில்
விருப்பமில்லையா உனக்கு

என்ன செய்வது
சிசுவே

பனிக்குடத்தில்
நீ
ஊறிக்கொண்டிருக்கிறாய்

14

அம்மா
உன்னைத் தீட்டென்றவனின்
குருதி குறித்து
நீ
கூறுவதென்ன

ஆணின்
குருதிக்கு வெண்ணிறம்
மகனே

அவ்வளவே

தொடைகளதிர
சிந்துமென்
கண்ணீரை
துடைக்க
துவளுமென்
கைகளை
ஆணென்பென்யான்

15

எனக்கு
நீ
யார் அம்மா

சேர்த்துவைத்த
பனிக்குட நீர்

உனக்கு
நான்
யார் அம்மா

தந்தையின் மொழியில்
சொல்வதென்றால்

சிந்தாமல்
சேகரித்த
விந்து
மகனே

16

அம்மா
இது
இரவு

நல்லது மகனே
ஆண்மகனாய்
அறிய

உன்
தந்தைக்கு
இதுவே
ஏற்ற தருணம்

17

வறுமை
சூழ் உலகு

அம்மையே

ஒரு முலையில் அமுதையும்
மறுமுலையில்
ஆயுதமும்

தந்தளி

18

அம்மா
எங்கிருக்கிறாய்
பசியில் இருக்கிறேன் மகனே

அம்மா
எங்கிருக்கிறாய்
துக்கத்தில் இருக்கிறேன் மகனே

அம்மா என்ன செய்கிறாய்
உன்னைச் செய்தபின்
தாய்ப்பால் செய்தேன் மகனே

அம்மா
என்னைக் கொல்வாயா

கலங்காதே மகனே
தற்கொலையென்பது
பசிக்கும் போதுதான்

19

அம்மா பசிக்கிறது

கொல்
மகனே

சோற்றுக்காக
செய்யும் கொலை செய்யும்போது
இறைவன்
கோபித்துக்கொள்ள மாட்டான்
முதலில்
அவனையே கொல்

20

அம்மா
நீயேன்
மௌனமாக இருக்கிறாய்

நீ
பேசுகிறாய் மகனே

அம்மா
ஏன் சாகவில்லை

நீ
உயிரோடிருக்கிறாய் மகனே

அம்மா
நீ
யார்

நானுன்
சிசு மகனே

21

அம்மா
நான்
யார்

மகனே
நீயென்
கண்ணீர்

22

அம்மா
எனது
தேசமெது

அடிமைகளுக்கு
தேசம் கிடையாது மகனே

அம்மா
நான் சாகவேண்டுமா

இல்லை
மகனே

அதிகாரம் உன்னை முத்தமிடும்பொழுது
கொலை செய்யக் கற்றுக்கொள்

23

அம்மா
தாய் நாடென்பதென்ன

தகப்பன்களை
கொலை செய்து

முச்சந்தியில்
வீசுவதுதான்

24

எனது
சிறிய சிசுவே

உன்
கற்பனையை
அரசு
ஊத்தைவாயால்
உண்ணும்போது
கண்களை மூடாதே

பெண்ணென்றால்
உன் முலைகள்
வெடிகுண்டு

ஆணென்றால்
உன் குறி
ஏவுகணை

அடிமை வாழ்வுக்கு
தற்கொலை
உத்தமம்

உன்னுடலில்
ஓடுவது
எவருக்கும்
அடிபணியா குருதி

சாவை
சந்திக்கும் போது
புன்னகையோடு போ

## 25

யார் சொல்வதையும்
நம்பாதே
இதை நான் சொல்கிறேன்
நம்பு

மகளே
இது கேள்

ஆணெனப்படுவன்
அருகில் வந்தால்
கண்களைக் கவனி

குறி வெறும் சதை
கண்களே
காட்டிக்கொடுக்கும்

கருணையென்பது
முலையின் பொருட்டு

ஓங்கிச் சிரி
மறுக்கக் கற்றுக்கொள்
மறுப்பால்
ஆனவளாகயிரு

உனக்கு ஈயும் எதுவும்
உன்னிடமிருக்கும்
ஒன்றை பிடுங்கி எடுக்கத்தான்

மகளே
அன்பென்பது
நம்பிக்கொல்லும் கருவி

கருணையை பிச்சை இடாதே
எடுக்காதே

அது
தன்னிலிருந்து தன்னையே துண்டிக்கும்

கேளென் சிசுவே
அடிமைத்தனத்திற்கு
மாற்றுப்பெயர்
விசுவாசம்

அறிக
இவ்வுலகை
அவ்வளவே
உள்ளபடி

இதைச் சொல்வதுன் தந்தை
ஆயின் அவன்
ஆண்

கேள் இவனை
இக்கவிதையின் இறுதியில்

எனக்கு மட்டும்
தந்தையா

கேளென்
செல்லமே

இவனது
செவி கிழிய

26

அம்மா
நீ
காதலித்திருக்கிறாயா

இல்லை மகனே
மாதவிடாய்
சமயத்திலும்
புணரப்பட்டிருக்கிறேன்

காமத்திற்கு
தீட்டு கிடையாது
செல்லமே

27

பசியென்பது
வலியல்ல
மகனே

அம்மா
நீயே சொல்
பசியென்றால்
என்ன

இரத்தருசி
மகனே

28

அம்மா
அழுதிருக்கிறாயா

இல்லை
மகனே
அழுகையென்பது
ஆற்றாமை

புன்னகையை
கொலைவெறியாய்
மாற்ற முனைகையில்
முத்தத்தால்
உனை
அணைப்பேன்

அவ்வளவே

29

அம்மா
நின் கனவில் வரும் தெய்வமெது

ஆண்குறியற்ற
பசி

அவ்வளவே

அம்மா
கருப்பையென்றால்
என்ன

உன்
தகப்பனின்
குப்பைத்தொட்டி

30

அம்மா
தெறிக்கும் கண்ணீரை
துடைக்கும்பொழுது
என்ன நினைத்தாய்

விந்தின்
வீச்சம்

ஆண்மையின்
துடைத்தகற்ற முடியா
கறை
மகனே

விந்தால்
ஆனவன்
ஆண்
கண்ணீரால்
பெருகியவள்
தாய்

அவ்வளவே

31

அம்மா
பசித்த
நாட்களை
எண்ணிப்பழக

நீ
வைத்திருப்பதெது

மாதவிடாய்க் குருதி
மகனே

31

அம்மா
நினதிரு
முலையில்
நானருந்தியது

பாலா
குருதியா

உயிர்
மகனே

32

குருதியின்
இறுதி
என்ன அம்மா

கண்ணீரன்றி
வேறென்ன
மகனே

33

அம்மா
நான் யார்

நாட்பட்ட குருதி
மகனே

எனது
பசி

மகனே
அது
இதிகாசத்துயரம்

நன்றி

வாஞ்சிநாதன்
அழகுராஜா, பாபு
இரா.கண்ணன்
ஆதிரன்
பவித்ரா
வெய்யில்
தடம்
ஆனந்தவிகடன்

www.ingramcontent.com/pod-product-compliance
Lightning Source LLC
LaVergne TN
LVHW060324051026
849517LV00004B/1219
* 9 7 8 9 3 8 8 8 6 0 9 5 6 *